வாஷிங்டனில் திருமணம்

Title:
Washingtanil Thirumanam
© Saavi

ISBN: 978-93-92474-08-8

Title Code : Sathyaa-001

நூல் தலைப்பு
வாஷிங்டனில் திருமணம்

நூல் ஆசிரியர்
© சாவி

மூன்றாம் பதிப்பு

மே 2024

விலை: ₹150

Printed in India

Published by
Sathyaa Enterprises
Old No.137,
New No.147, First Floor,
Choolaimedu High Road,
Choolaimedu,
Chennai - 600 094.
Mob: +91 95000 45615

Email:
sathyaabooks@gmail.com

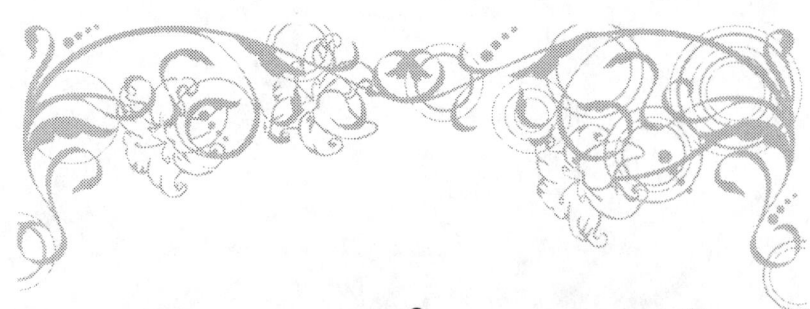

வாஷிங்டனில் திருமணம்

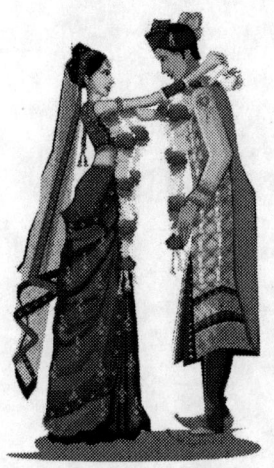

சாவி

சத்யா

முன்னுரை

இருபத்திரண்டு வருடங்களுக்கு முன், நானும் நண்பர்கள் சிலரும் திருவையாற்றில் நடைபெற்ற தியாகய்யர் உற்சவத்துக்குப் போயிருந்தோம். காவிரிப் படித்துறையில் இறங்கி ஸ்நானம் செய்து கொண்டிருந்தபோது, நாலைந்து வெள்ளைக்காரர்கள் தண்ணீரில் முகம் கழுவிக்கொண்டிருப்பதைக் கண்டோம்.'

தென்னையும் வாழையும் மண்டிய காவிரிக் கரைச் சூழ்நிலையில், சட்டை களைந்த சங்கீதக்காரர்களுக்கும் விபூதி பூசிய ரசிகர்களுக்கும் இடையே அந்த வெள்ளைக்காரர்கள் சற்றும் பொருத்தம் இல்லாதவர்களாகக் காணப்பட்டனர். சிறிது நேரம் அவர்களையே உற்றுப் பார்த்துக்கொண்டிருந்தேன்.

"என்ன பார்க்கிறீர்கள்?" என்று கேட்டனர் நண்பர்கள்.

"இந்த இடத்தில் இவர்களைக் காணும்போது விசித்திரமாக இருக்கிறது?" என்றேன்.

"நம்முடைய கர்னாடக சங்கீதத்தின் பெருமை அத்தகையது. வெளிநாட்டுக்காரர்களையும் கவர்ந்திழுக்கும் சக்தி வாய்ந்தது!" என்றார் நண்பர்களில் ஒருவர்.

"ஒரு வருடம் தியாகய்யர் உற்சவத்தை வெளிநாட்டிலேயே கொண்டு போய் நடத்தினால் எப்படி இருக்கும்?" என்றேன்.

"ரொம்ப வேடிக்கையாகத்தான் இருக்கும். அதுவும் இந்த மாதிரி ஒரு நதிக்கரையில் நடத்த வேண்டும். அங்கே தியாகய்யருக்கு ஒரு கோயில் கட்டி, அந்தச் சந்நிதியில் அந்த நாட்டவர்களுடன் நாமும்

சேர்ந்து உட்கார்ந்து பஞ்சரத்னக் கீர்த்தனங்கள் பாடவேண்டும்!" என்றனர் நண்பர்கள்.

அவ்வளவுதான்; வெறும் வாயை மெல்லும் என் போன்ற எழுத்தாளர்களுக்கு அவல் ஒன்று கிடைத்தால் போதாதா? அதிலிருந்துஎனதுகற்பனையைஓடவிட்டேன்.அதுஎங்கெல்லாமோ சுற்றி அலைந்தது. என்னென்னவோ எண்ணங்களெல்லாம் உருவெடுக்கத் தொடங்கின. முழு நீள நகைச்சுவைத் தொடர் ஒன்று எழுத வேண்டும் என்று பல ஆண்டுகளாக ஆசைப்பட்ட எனது லட்சியம், கடைசியாகக் காரியத்தில் நிறைவேறும் காலம் வந்துவிட்டது என்பதை உணர்ந்தபோது உள்ளம் உற்சாகத்தில் மிதந்தது.

அடுத்த கணமே, காவிரிக் கரை, கர்னாடக சங்கீதம் எல்லாம் இரண்டாம் பட்சமாகிவிட்டன. தொலைவில் ஷேக் சின்ன மௌலானாவின் நாகஸ்வர இசை ஒலிக்கிறது. அந்த ஒலியே என் கற்பனைக்குப் பின்னணியாகவும் அமைகிறது. மறு நிமிடமே மானசீகமாக வெளிநாடுகளுக்குப் பறக்கிறேன். நான் போகும் இடங்களுக்கு எல்லாம் அந்த நாகஸ்வர இசையும் தொடர்ந்து வந்துகொண்டே இருக்கிறது.

சிறுகதைகள் எழுதலாம்; தொடர் கதைகள் எழுதலாம், நகைச்சுவை பொருந்திய சிறு சிறு கதைகளும், கட்டுரைகளும்கூட எழுதலாம். பல பேர் எழுதியிருக்கிறார்கள்; எழுதி வெற்றியும் கண்டிருக்கிறார்கள். ஆனால், நகைச்சுவையுடன் கூடிய நீண்ட தொடர்கதைகளோ, தொடர் கட்டுரைகளோ எழுதுவது அவ்வளவு எளிதல்ல. தமிழில், கல்கியும், எஸ்.வி.வி.யும் எழுதினார்கள். அவர்களுக்குப் பின்னர் நகைச்சுவையுடன் எழுதுபவர்கள் அரிதாகிவிட்டார்கள்.

முழு நீள நகைச்சுவைத் தொடர்கதை ஒன்று எழுத வேண்டுமென்ற ஆசை வெகுகாலமாக என் உள்ளத்தில் இருந்து வந்தது. அதற்கு உரிய திறமையும், காலமும் வரவேண்டாமா?

'எதைப்பற்றி எழுதுவது... எப்படி எழுதுவது...' என்ற கவலையிலேயே காலம் போய்க்கொண்டிருந்தது.

இந்த சமயத்தில்தான் வால்ட் டிஸ்னி தயாரித்த 'ஆப்ஸெண்ட் மைண்டட் புரொஃபஸர்' என்னும் ஆங்கிலப் படம் சென்னைக்கு

வந்தது. அந்த முழு நீள நகைச்சுவைப் படத்தை இரு முறை கண்டு களித்தேன். படம் முழுவதும் சிரித்து ரசிக்கும்படியாக அந்தப் படத்தில் அப்படி என்னதான் இருக்கிறது என்று யோசித்தேன். விஷயம் அப்படி ஒன்றும் பிரமாதமாக இல்லை. ஒரு புரொஃபஸர், தம்முடைய விஞ்ஞானத் திறமையால் 'ஃப்ளப்பர்' (*Flubber*) என்னும் பறக்கும் ரப்பரை கண்டுபிடிக்கிறார். அடுத்தபடியாக, அதை வைத்துக்கொண்டு பறக்கும் மோட்டார் தயாராகிறது. பின்னர், அதற்கு வேண்டிய பல சம்பவங்களைப் புகுத்தி, நகைச்சுவை நிகழ்ச்சிகளாக்கிப் பார்ப்போரைப் பைத்தியமாக அடித்து விடுகிறார். நடக்காத ஒரு விஷயத்தை மிகைப்படுத்திக் கூறி, அதில் தம்முடைய கற்பனையை எப்படியெல்லாம் ஓடவிட்டிருக்கிறார்!

'தமிழிலும் இப்படி மிகைப்படுத்திக் கூறக்கூடிய நகைச்சுவைக் கதை ஒன்று எழுத முடியுமா? இம்மாதிரி அதற்கு ஒரு வித்து கிடைக்குமா?' என்ற ஏக்கம் உண்டாயிற்று. எனது ஏக்கம் வீண் போகவில்லை; அந்த வித்து திருவையாற்றில் கிடைத்தது!

'நம் ஊர்க் கல்யாணம் ஒன்றை வெளிநாட்டில் நடத்தினால், அந்த நாட்டவர்கள் அதை எப்படி ரசிப்பார்கள்?' திருவையாற்றில் வெள்ளைக்காரர்களைக் கண்டபோது நமக்குக் கிடைத்த வேடிக்கையும், தமாஷும் அமெரிக்காவில் நமது கல்யாணத்தை நடத்துகிறபோது அவர்களுக்கு ஏற்படலாம் என்று தோன்றியது. அந்த எண்ணம்தான் வாஷிங்டனில் திருமணத்துக்கு வித்தாக அமைந்தது.

நமது கல்யாணத்தில் உள்ள விஷயங்களை ஒன்று விடாமல் நுணுக்கமாக கவனித்துக் கட்டுரைகளாக எழுதினால் அதுவே மிக சுவையுள்ள ஒரு கட்டுரைத் தொடராக அமையும். அப்படியிருக்க நம்முடைய கல்யாணமே அமெரிக்காவில் நடப்பதாகக் கற்பனை செய்தபோது அதில் பல வேடிக்கைகளுக்கும், 'தமாஷ்'களுக்கும் இடமிருப்பதாக ஊகிக்க முடிந்தது.

திருவையாற்றிலிருந்து திரும்பி வருகிறபோது இதே சிந்தனைதான். நமது நாட்டில் ஒரு கல்யாணத்தை நடத்தி முடிப்பதென்றாலே பெரும்பாடுபட வேண்டியிருக்கிறது. ஜாதகப் பொருத்தம், பண விவகாரம், சம்பந்திச் சண்டை போன்ற எத்தனையோ விஷயங்களைச் சமாளிக்க வேண்டியிருக்கிறது.

அமெரிக்காவுக்குப் போய் ஒரு கல்யாணத்தை நடத்த வேண்டுமே என்று நினைத்தபோது ஒரு பெரும் கவலை என்னைக் கவ்விக்கொண்டது. உண்மையாகவே கல்யாணம் செய்யப் போகிறவர்களுக்குக்கூட அவ்வளவு கவலை இருந்திருக்காது!

இந்த நகைச்சுவைத் தொடர் 'ஆனந்த விகட'னில் பதினோரு வாரங்கள் வெளியாயிற்று. வாசகர்கள் இதற்கு அளித்த வரவேற்பு பற்றிச் சொல்லத் தேவையில்லை.

இந்தக் கதையின் வெற்றிக்குப் பாதி காரணம் திரு.கோபுலுவின் சித்திரங்கள்தான். உயிருள்ள அவருடைய சித்திரங்கள் வாசகர்களை வாஷிங்டன் நகருக்கே அழைத்துச் சென்று எனது கற்பனைக்கெல்லாம் நிஜ உருவம் தந்து, நேருக்கு நேர் காண்பது போன்ற பிரம்மையை ஏற்படுத்தித் தந்தன. அவருக்கு எனது நன்றி!

2

“பிள்ளைக்கு ஒரு கார், பெண்ணுக்கு ஒரு கார். தவிர, கல்யாணச் செலவுக்கென்று பத்து லட்சம் டாலரைத் தனியாக ஒதுக்கி வைத்துவிட்டார்களாம்” என்று பல் முப்பத்திரண்டும் தெரியக் கூறினாள் பெண்ணின் தாயார் விசாலம்மாள்.

“பெண்ணுக்கு நகை நட்டெல்லாம் செய்துபோடுகிறார்களாமா?” என்று விசாரித்தாள் அபயாம்பாள் அத்தை.

“இருபத்திரண்டு கேரட் தங்கமாகவே நமக்கு வேண்டியதைக் கொடுத்து விடுகிறார்களாம். இஷ்டமான நகைகளைச் செய்து கொள்ளலாம். ஆனால் ஒரு கண்டிஷன்! எல்லா நகைகளையும் அமெரிக்காவிலேதான் செய்ய வேண்டுமாம். நகை செய்வதை ராக்ஃபெல்லர் மாமி நேரில் பார்க்க வேண்டுமாம்” என்று பெண்ணுக்குத் தகப்பனார் அய்யாசாமி கூறினார்.

இதென்னடா சங்கடம்? நகைகளை நம் ஊரிலேயே செய்து எடுத்துக்கொண்டு போனால் என்னவாம்?” என்று கேட்டாள் பாட்டி.

“அவர்கள் இவ்வளவு பணம் செலவழித்து இந்தக் கல்யாணத்தை நடத்துவதே நம்மவர்களின் கல்யாணத்தில் உள்ள வேடிக்கையெல்லாம் பார்க்கத்தானே? நமக்கு ஒரு கவலையும் இல்லை. சம்பந்தி வீட்டுக்காரர்களைப்போல் ‘ஜாம் ஜாம்’ என்று அமெரிக்கா போய்விட்டு வரவேண்டியதுதான்” என்றார் அய்யாசாமி!

"பேஷ்! நம்ம ருக்குவின் அதிர்ஷ்டமே அதிர்ஷ்டம்! அவள் கழுத்தில் மூன்று முடிச்சு விழப் போகிறதா என்று கவலைப்பட்டுக்கொண்டிருந்தேன். அவளுக்கானால் அதிர்ஷ்டம் இப்படி அடித்திருக்கிறது!" என்று சொல்லி மகிழ்ந்தாள் பாட்டி.

"பிள்ளையைப் பார்த்தாயாடா? கண்ணுக்கு லட்சணமாயிருக்கிறானா?" ருக்குவின் அத்தை கேட்டாள்.

"அதற்காகத்தானே டெல்லிக்குப் போய் வந்தேன். ராஜா மாதிரி இருக்கிறான். பெயரும் ராஜாதான். டெல்லி செக்ரடேரியட்டில்தான் வேலை. எண்ணூறு ரூபாய் சம்பளம். கும்பகோணம் மூர்த்தியின் மாப்பிள்ளைக்குச் சிநேகிதனாம். அமெரிக்காவிலுள்ள மூர்த்தியின் மூலமாகத்தான் இவ்வளவு ஏற்பாடுகளும் நடந்திருக்கின்றன" என்றார் அய்யாசாமி.

"ஓகோ! அப்படியா சங்கதி! கல்யாணத்தை அமெரிக்காவிலே நடத்தணும் என்கிறார்களே, அதை நினைக்கிறபோதுதான் கொஞ்சம்..." என்று இழுத்தார் பெண்ணுக்கு மாமா.

"அதனால் என்ன? ராக்ஃபெல்லர் சம்சாரம் இந்த விஷயத்தில் ஒரே பிடிவாதமாக இருக்கிறாளாம். அவளுடைய நாத்தனார் கும்பகோணம் மூர்த்தியின் மகளுக்கு நடந்த கல்யாணத்தைப் பார்த்துவிட்டுப் போய், மிஸஸ் ராக்ஃபெல்லரிடம் கதை கதையாக அளந்துவிட்டிருக்கிறாள். அதைக் கேட்டு விட்டு ராக்ஃபெல்லர் சீமாட்டி, 'அந்த மாதிரி கல்யாணம் ஒன்றை உடனே அமெரிக்காவில் நடத்திப் பார்க்க வேண்டும். அதற்காக எவ்வளவு செலவானாலும் சரி' என்று ஒற்றைக் காலில் நிற்கிறாளாம். அதை முன்னிட்டுத்தான் இவ்வளவு ஏற்பாடும்" என்றார் அய்யாசாமி.

"அமெரிக்காவிலே போய்க் கல்யாணம் செய்வதென்றால், இங்கிருந்து நாம் அத்தனை பேரும் போயாக வேண்டுமே! சம்பந்தி வீட்டுக்காரர்கள் எங்கே தங்குவது? நாமெல்லாம் எங்கே தங்குவது?" என்று அடுக்கினாள் அத்தை.

"அதிருக்கட்டும்; அப்பளம் எங்கே இடுவது?" என்று கவலைப்பட்டாள் பாட்டி.

"அதுவும் அமெரிக்காவிலேதான் இடணுமாம். ஒரு லட்சம் அப்பளம் இட்டாகணும். கைமுறுக்கு ஐம்பதாயிரம், பருப்புத் தேங்காய் பத்தாயிரம்..." என்றார்

"அம்மாடி! இவ்வளவுக்கும் இடம் ஏது? யார் செய்யப்போறா?"

அப்பளம் இடுவதற்கென்று அமெரிக்காவிலே ஒரு பெரிய கட்டடத்தையே காலி செய்துகொடுத்துவிடப் போகிறார்களாம். அந்தக் கட்டடத்தின் மொட்டை மாடியிலே எத்தனை லட்சம் அப்பளம் வேண்டுமானாலும் உலர்த்திக்கொள்ளலாமாம். நூறு பாட்டிமார்களும், நூறு சமையல்காரர்களும் முன்னாடியே புறப்பட்டுப் போக வேண்டியிருக்கும். அப்பளம் இடுவதையும், ஜாங்கிரி சுற்றுவதையும் அமெரிக்கா பூராவும் டெலிவிஷன் மூலமாகக் காட்டப் போகிறார்களாம். அதுமட்டுமில்லை, கல்யாணக் காட்சிகள் முழுவதுமே டெலிவிஷனில் காட்டுவதற்கு ஏற்பாடு செய்துகொண்டிருக்கிறார்களாம்" என்றார் அய்யாசாமி.

"கும்பகோணம் கொடிக்கால் வெற்றிலை, பந்தக்கால், தென்னங்கீற்று, வாழை மரம், நுகத்தடி, அம்மிக்கல், ஆட்டுக்கல் இவ்வளவும் போயாக வேண்டுமே" என்றார் பெண்ணின் மாமா.

"அதைப் பற்றியெல்லாம் நமக்கென்ன கவலை? அடுத்த வாரத்திலிருந்து தினமும் ஒரு ஸ்பெஷல் ப்ளேன் மெட்ராஸுக்கும் அமெரிக்காவுக்கும் பறந்தபடியே இருக்கும். அதில் யார் வேண்டுமானாலும் போகலாம், வரலாம். எத்தனை சாமானை வேண்டுமானாலும் ஏற்றி அனுப்பலாம்" என்றார் அய்யாசாமி.

"சரி, அடுத்தாற்போல் நாமெல்லாம் என்ன செய்யணும் இப்போ? அதைச் சொல்லு..." என்றார் மாமா.

அடுத்த ஞாயிற்றுக்கிழமை ஸ்பெஷல் ப்ளேன்லே அமெரிக்காவுக்குப் புறப்படணும். டெல்லியிலேருந்து பிள்ளைக்கு மாமாவும், மாமியும் வருகிறார்கள். அவர்களும் நம்மோடு பம்பாயில் சேர்ந்துகொள்வார்கள்..."

"நாம் என்றால் யார் யார்?" என்று கேட்டார் மாமா.

"அம்மாஞ்சிவாத்தியார், சாம்பசிவசாஸ்திரிகள், பனாரஸ்பாட்டி, (காசிக்கு மூன்று முறை போய் வந்ததால் ஏற்பட்ட காரணப் பெயர்!) பெண்ணுக்கு அத்தை, அம்மா, அப்பா எல்லாரும்தான். டெல்லியிலுள்ள என் மருமான் பஞ்சுவும் வருகிறான். அவன்தான் நமக்கெல்லாம் லீடர். ஏற்கெனவே அவன் இரண்டு முறை அமெரிக்கா போய் வந்திருக்கிறான். இங்கிலீஷ் ரொம்ப நன்றாகப் பேசுவான். நாம் எல்லோரும் நியூயார்க், வாஷிங்டன் இரண்டு நகரங்களையும் சுற்றிப் பார்த்துவிட்டு கல்யாணத்துக்கு ஏற்ற இடம் எது என்பதை முடிவு செய்ய வேண்டும். அவ்வளவுதான். என்றார் அய்யாசாமி.

"அம்மாஞ்சி வாத்தியார் எதுக்குடா? அது அசட்டுப் பிசட்டுன்னு உளறிக்கொண்டிருக்குமே..." என்றார் மாமா.

"அதெல்லாம்தான் தமாஷ்! அம்மாஞ்சி முக்கியமா வரட்டும். சாம்பசிவ சாஸ்திரிகளும் அம்மாஞ்சியும் ரொம்ப சிநேகம். இரண்டு பேரும் லௌகிகம் தெரிந்தவர்கள். சைக்கிள்விடத் தெரிந்தவர்கள். அம்மாஞ்சி வாத்தியாருக்கு இங்கிலீஷ் சினிமான்னா ரொம்பப் பைத்தியம். இங்கிலீஷ் கூடச் சுமாராகப் பேசுவார். அதோ அவர்கள் இரண்டு பேருமே வருகிறார்கள். வாங்கோ அம்மாஞ்சி! வாங்கோ சாஸ்திரிகளே! இப்பத்தான் உங்க இரண்டு பேரையும் பற்றிப் பேசிக்கொண்டிருந்தோம்" என்றார் அய்யாசாமி.

"எங்களைப் பற்றியா? என்ன விசேஷமோ?" என்று கேட்டார் அம்மாஞ்சி.

"நீங்க இரண்டு பேரும் அடுத்த ஞாயிற்றுக்கிழமை அமெரிக்காவுக்குப் புறப்படறதுக்கு ரெடியா இருக்கணும்?"

"அமெரிக்காவுக்கா? நாங்களா? என்ன இப்படி திடீர்னு ஹைட்ரஜன் குண்டைத் தூக்கிப்போடுகிறீர்கள்?" அம்மாஞ்சி வாத்தியார் கேட்டார்.

"நிஜமாத்தான் சொல்றேன். என் பெண் ருக்மிணியின் கல்யாணம் அமெரிக்காவிலே நடக்கப்போகிறது."

"அதென்ன அப்படி?"

"அம்மாஞ்சி! உமக்கு ராக்ஃபெல்லரைத் தெரியுமோ?"

"எனக்கு அவரைத் தெரியும். அவருக்கு என்னைத் தெரியாது. ஒருமுறை அவரை 'மீட்' பண்ணி ஒரு 'எய்டு' கேட்கணும்னு ஆசை..."

"மிஸஸ் ராக்ஃபெல்லரைப் பற்றிக் கேள்விப்பட்டிருக்கிறீரா?"

சரியாப் போச்சு. கோடீசுவரப் பிரபுவின் சம்சாரமாச்சே! அரசப்ரதட்சணத்துக்கு ஒரு தடவை 108-'டிஸோட்டோ' கார் வாங்கிக் கொடுத்தாளாம். அதுமட்டுமா? ஒரு லட்சம் டாலர் செலவழிச்சு ரிஷிபஞ்சமி விரதம் எடுத்துக்கொள்ளப்போவதாகக் கேள்வி. தங்கத்தாலே கோதுமை பண்ணி வைதிகப் பிராமணர்களுக்கு அள்ளி அள்ளிக் கொடுக்கப் போகிறார்களாம்."

"பேஷ்! இந்த நியூஸெல்லாம் உமக்கு யாரய்யா சொன்னது...?"

"இதெல்லாம் ஒருத்தர் சொல்லணுமா, என்ன? ஒரு யூகம்தான். நாம் சொன்னா நியூயார்க் டைம்ஸிலே போடறான்!"

"என் பெண் கல்யாணத்தைக்கூட அந்த அம்மாள்தான் செய்து வைக்கப்போகிறாள். நீங்க ரெண்டு பேரும் என்னுடன் புறப்படணும்..."

"தயாராகக்காத்துண்டிருக்கோம். ராக்ஃபெல்லர் சம்சாரம் நடத்தற கல்யாணம்னா சாமான்யமா? கொடுத்துவைக்கணுமே. பூரி தட்சணையை டாலர் டாலரா அள்ளி வீசமாட்டாளோ?"

"வைதிகப் பிராமணர்கள் வெளிநாட்டுக்குப் போவதென்றால் யோசிப்பார்களே... உங்களுக்கு அதெல்லாம்..." என்று இழுத்தார் அய்யாசாமி.

"அந்தக் காலத்திலே பரம வைதிகரான மாளவியாஜியே லண்டனுக்குப் போய் வந்தாரே... அவரை விடவா நாமெல்லாம் ஒசத்தி?"

"இங்கிலீஷ் பாஷை தெரியாதே உங்களுக்கு. அமெரிக்காவில் கஷ்டப்படமாட்டீர்களா?"

"பாஷை தெரியல்லேன்னா நமக்கென்ன கஷ்டம்? நாம் பேசற பாஷை அமெரிக்காளுக்குப் புரியாது. அதனாலே, கஷ்டப்படப் போறவா அவாதானே?"

“சரி, வாத்தியாரே! அப்படின்னா பிரயாணத்துக்கு ரெடியா இருங்கோ...”

“ஸண்டே மார்னிங் ஸெவன் தர்ட்டிக்கா ப்ளேன்?” அம்மாஞ்சி கேட்டார்.

“அமெரிக்கா என்றதுமே இங்கிலீஷ் பிரவாகமா வற்ரதே!” என்றார் அய்யாசாமி.

“ஃபுல் ஸூட்டே தைத்துப் போட்டுக்கொண்டு வரப்போறேனே...!” என்றார் அம்மாஞ்சி.

“சே! சே! அப்படியெல்லாம் வேஷத்தை மாத்திடாதீங்கோ. யார் யார் எப்படி இருக்கிறோமோ, அப்படியேதான் போகணும். நம்மையெல்லாம் நம் நாட்டு உடையிலே பார்க்கத்தானே ஆசைப்படுவா?”

“சாஸ்திரிகள்னா ‘பேர் பாடி’யாவா போறது? அட்லீஸ்ட் லால் பகதூர் சாஸ்திரியாட்டம் ஒரு ஷெர்வானியாவது தைத்துப் போட்டுக் கொள்கிறேனே...?”

“சொல்றதைக் கேளும். நீர் இப்போது இருக்கிறபடியேதான் வரணும்... தெரிந்ததா?... போய் வாரும்.”

பெண் வீட்டுக்காரர்கள் (ருக்குவின் தம்பி வெங்கிட்டு உள்பட), பிள்ளை வீட்டுக்காரர்கள், டெல்லி பஞ்சு எல்லோரும் பம்பாய் விமான நிலையத்தில் குறிப்பிட்ட நேரத்தில் வந்து கூடிவிட்டார்கள்.

டெல்லி பஞ்சு எல்லோரையும் விமானத்தில் ஏற்றிவிட்டு, தானும் ஒரு ஸீட்டில் அமர்ந்துகொண்டான்.

அம்மாஞ்சி வாத்தியார், சாம்பசிவ சாஸ்திரிகள் இருவரும் விமான பெல்ட்டை இறுக்கிப் போட்டுக்கொண்டு கண்ணாடிப் பலகணி வழியாகக் கீழே பூமியைப் பார்த்துக்கொண்டிருந்தார்கள். பனாரஸ் பாட்டி ஜப மாலையை எடுத்து உருட்டினாள். விமானம் உயரத்தில் கிளம்பியது. ஏர்ஹோஸ்ட்டஸ் வந்து எல்லோருக்கும் பெப்பர் மிண்ட்டும் லவங்கமும் வழங்கினாள். வெங்கிட்டுவுக்கு ஆகாசப் பிரயாணம் ஒரே இனிப்பாயிருந்தது.

அந்த ஆரணங்கையே உற்றுப் பார்த்துக்கொண்டிருந்த அம்மாஞ்சி, “அப்ஸரஸ் மாதிரி இருக்காளே?” என்றார்.

"ஆகாசத்திலே பறக்கிறவர்கள் கந்தர்வப் பெண்கள் மாதிரி இருப்பது சகஜம்தானே?" என்றார் சாஸ்திரிகள்.

பனாரஸ் பாட்டி அந்த அழகியைப் பார்த்து "ஏண்டியம்மா! உனக்கு கல்யாணம் ஆயிடுத்தோ?" என்று விசாரித்தாள்.

"இல்லை பாட்டி" என்றாள் ஏர்ஹோஸ்ட்டஸ்.

உனக்கு எந்த ஊரு?"

"பால்காட்!"

"பாலக்காட்டுப் பெண்ணா நீ? பேஷ்! அதுதான் தமிழ் பேசறே!"

"உன் பேரென்ன?"

"லலிதா."

"நம் பஞ்சுவுக்கு நல்ல ஜோடி!" என்றாள் அத்தை.

நியூயார்க் நகர விமானக் கூடத்தில் மேரேஜ் கோஷ்டியை வரவேற்க மிஸஸ் ராக்ஃபெல்லர், கேதரின், லோரிட்டா, ஹாப்ஸ், மூர்த்தி, லோசனா முதலானோர் நண்பர்கள் புடைசூழ காத்திருந்தார்கள். பத்திரிகை நிருபர்களும், கேமராக்காரர்களும் தயாராயிருந்தார்கள். டெல்லி பஞ்சுதான் முதன்முதலில் விமானத்தை விட்டு இறங்கினான். மிஸஸ் ராக்ஃபெல்லருக்குக் கல்யாண கோஷ்டியினரை ஒவ்வொருவராக அறிமுகப்படுத்தினான். ராக்ஃபெல்லர் சீமாட்டி எல்லோரையும் இன்முகத்துடன் கைகுலுக்கி வரவேற்றுத் தன் மாளிகைக்கு அழைத்துச் சென்றாள். அம்மாஞ்சி ஒரு கேமராக்காரரை அணுகி, "என்னை ஒரு நல்ல போஸில் போட்டோ எடுங்களேன்" என்று கூறியபோது "ஐயோ, இந்த அசடு வேண்டாம் என்று அப்போதே சொன்னேன்" என்று மாமா தலையில் அடித்துக்கொண்டார்.

விருந்தினர் மாளிகையில் கல்யாண கோஷ்டி தங்குவதற்கு மிகச் சிறந்த முறையில் ஏற்பாடு செய்துவைத்திருந்தார்கள். பாட்டிக்கும், அத்தைக்கும், தனியாக ஒரு ரூம். சாஸ்திரிகள் இருவருக்கும் ஒரு ரூம். சம்பந்தி வீட்டாருக்குத் தனி ரூம். பெண்ணின் பெற்றோர், மாமா இவர்களுக்கு ஒரு ரூம். இப்படி அவரவர்களுக்குத் தனித்தனியாக இடம்.

டெல்லி பஞ்சுவுக்கு ஒரே குஷி! 'லல்லி லல்லி!' என்று சொல்லிக்கொண்டே எந்நேரமும் அவளைச் சுற்றி சுற்றி வளைய வந்துகொண்டிருந்தான். வெங்கிட்டுவும் அவர்களோடு கூடக் கூடப் போய்க்கொண்டிருந்தான் பெப்பர்மிண்ட்டுக்காக!

"எல்லோரும் குளித்து விட்டு வாருங்கள். எங்க வீட்டுக் 'குக்'கை இங்கே அழைத்து வந்திருக்கிறேன். உங்களுக்காக இட்லி காப்பி தயாராகிக்கொண்டிருக்கிறது" என்றாள் மிஸஸ் மூர்த்தி.

"டூத் பேஸ்ட் வேண்டுமா சாஸ்திரிகளே?" என்று கேட்டான் சமையல் சங்கரன்.

"பேஸ்ட்டெல்லாம் எதுக்கு? வேஸ்ட்! நான் கையோட ஒரு கட்டு 'பானியன் ஸ்டிக்'கொண்டு வந்திருக்கிறேன்" என்றார் அம்மாஞ்சி.

பானியன் ஸ்டிக் என்றால் என்னய்யா?" என்று கேட்டார் சாஸ்திரிகள்.

"நீர் ஒரு மடிசஞ்சி! 'பானியன் ஸ்டிக்' என்றால் ஆலங்குச்சி!" என்றார் அம்மாஞ்சி.

"நான் 'ஹாட்வாட்டரி'ல் குளிக்கப் போகிறேன்" என்று தனக்குத் தெரிந்த இங்கிலீஷைச் சொன்னார் சாம்பசிவ சாஸ்திரிகள்.

"நான் ஜில்லுன்னு 'ஷவர்'லே குளிக்கப் போகிறேன்" என்று சொல்லிக்கொண்டு போன அம்மாஞ்சி, ஷவரில் போய் நின்று குளிக்கத் தொடங்கினார். குளிர் தாங்காமல் போகவே, "இது ஷவர் பாத் இல்லே... ஷி ஷி ஷிவர் பாத்" என்று நடுங்கியபடியே திரும்பி வந்தார்.

"இன்று ஈவினிங்கே நாம் எல்லோரும் வாஷிங்டன் போகிறோம். கல்யாணம் நடத்துவதற்கு வாஷிங்டன் நகரம்தான் ஏற்ற இடம். அந்த நகரில் 'பொடொமாக் ரிவர்' ஓடுகிறது. ரோடுகள் விசாலமாயிருக்கின்றன என்று மிஸஸ் ராக்ஃபெல்லர் சொல்லுகிறார்" என்றான் டெல்லி பஞ்சு.

"அயம் விசேஷஹ! எனக்கும் அப்படித்தான் தோன்றுகிறது. நியூயார்க் ரொம்ப நெரிசலாயிருக்கு. வாஷிங்டனுக்கே போய்விடலாம். நதி தீரத்திலே அமைந்திருக்கிற நகரம்னா

சொல்லணுமாஎன்ன?பாலிகைவிடறதுக்கும்ஸ்நானபானத்துக்கும் சௌகரியமா இருக்குமே...” என்றார் சாஸ்திரிகள்.

“ஏண்டாப்பா, காவிரிக் கரை மாதிரி படித்துறை இருக்குமோ?” என்று கேட்டாள் அத்தை.

“இல்லைன்னா கட்டிக்கொடுக்கச் சொன்னா போச்சு! இதென்ன பிரமாதம்?” என்றார் மூர்த்தி.

அப்பளம் இட்டு உலர்த்துவதற்கு நல்ல மாடியா வேணுமேடா!” என்று கவலைப்பட்டாள் பனாரஸ் பாட்டி.

“நீங்க வாஷிங்டனுக்கு வந்து பாருங்கோ பாட்டி! அங்கே உங்களுக்கு எந்தக் கட்டடம் சௌகரியமா இருக்கும்னு பார்த்துச் சொல்லுங்கோ. அதைக் காலி பண்ணிக் கொடுத்துவிடச் சொல்கிறேன்” என்றார் மூர்த்தி.

“ரொம்ப உயரமான கட்டடமா இருந்தா அடிக்கடி மொட்டை மாடிக்குப் போறதுக்குக் கஷ்டப்படுமே...”

“அதைப்பற்றியும் கவலைப்பட வேண்டாம். அப்பளம் இட்டு முடிக்கிற வரை தனி ‘லிஃப்ட்’ வேலை செய்யும். அந்தக் கட்டடம் பூராவையும் அப்பள டிபார்ட்மெண்டுக்காகவே ஒதுக்கிவிடச் சொல்லுகிறேன், போதுமா?”

“எதேஷ்டம்...” என்றாள் பாட்டி.

அன்று மாலையே திருமண கோஷ்டியை ஏற்றிச் சென்ற விமானம் வாஷிங்டனை நோக்கிப் பறந்தது. பால்காட் லல்லிதான் ஏர்ஹோஸ்ட்டஸ்!

“வாஷிங் சோடாவுக்கு எத்தனை மணிக்குப் போய்ச் சேரும்டி?” என்று லல்லியைக் கேட்டாள் பாட்டி.

லல்லி சிரித்துவிட்டு, “வாஷிங் சோடா இல்லை பாட்டி! வாஷிங்டன்! பார்த்துண்டே இருங்கோ, இன்னும் கொஞ்ச நேரத்திலே தெரியப் போகிறது!” என்றாள்.

எல்லோரும் கண்ணாடி ஜன்னல் வழியாக எட்டிப் பார்த்தார்கள்.

வாஷிங்டன் நகரம் தெரிந்தது.

"அதோ உயரமாகத் தெரிகிறதே! அது என்ன?" என்று கேட்டாள் அத்தை.

"அதுதான் வாஷிங்டன் மானுமெண்ட். ஞாபகார்த்த ஸ்தூபி, 555 அடி உயரம்" என்றாள் லல்லி.

"பென்சிலைக் கூராகச் சீவிக் குத்திட்டு வைத்திருக்கிற மாதிரியல்லவா கட்டி வைத்திருக்கிறார்கள்?" என்றாள் பாட்டி.

"மொட்டையாகக் கட்டியிருந்தால் அப்பளம் உலர்த்த உதவுமே என்று பார்க்கிறாயோ?" என்று கேட்டார் அம்மாஞ்சி.

3

"இதுதான் வாஷிங்டன் டி.ஸி." என்றான் பஞ்சு.

"அதென்னடா டி.ஸி.ஏ.ஸி.ன்னு?... வாஷிங்டன் என்று சொன்னால் போதாதோ?" என்று கேட்டார் மாமா.

"ஒருவேளை இங்கெல்லாம் டி.ஸி. கரெண்ட்டாயிருக்கும்" என்றார் சாம்பசிவ சாஸ்திரிகள்.

அம்மாஞ்சி வாத்தியாருக்குச் சிரிப்பு தாங்கவில்லை. "சாஸ்திரிகள்! உமக்குத் தெரியாவிட்டால் அசட்டுப் பிசட்டென்று உளறாதேயும். டி.ஸி. என்றால் அது இனிஷியலய்யா. இது கூடத் தெரியாமல் அமெரிக்காவுக்குக் கிளம்பி வந்துவிட்டீரே!" என்று பரிகாசம் செய்தார்.

அது கரெண்ட்டுமில்லை, இன்ஷியலுமில்லை; டி.ஸி. என்றால் டிஸ்ரிக்ட் ஆப் கொலம்பியா என்று அர்த்தம்" என்றான் டெல்லி பஞ்சு.

"ஓகோ, அப்படியா விஷயம்?" என்றார் மாமா.

விமானம் வாஷிங்டன் நகரை நெருங்கிக்கொண்டிருந்தது.

"அதோ வெள்ளி ரிப்பன் மாதிரி தெரிகிறதே, அது என்னம்மா?" என்று ஏர்ஹோஸ்ட்டஸ் லல்லியைப் பார்த்து கேட்டாள் அத்தை.

“அதுதான் பொடோமாக் நதி” என்றாள் லல்லி.

“போடா மக்கு நதியா?” என்று கேட்டுவிட்டுச் சிரித்தார் சாஸ்திரிகள்.

“போடா மக்குமில்லை! வாடா புத்திசாலியுமில்லை. ‘பெடோமாக்’ என்று சரியாகச் சொல்லும்” என்று சாஸ்திரிகளைத் திருத்தினார் அம்மாஞ்சி.

“திவ்யமான தீர்த்தம். மெட்ராஸுக்குப் போகிறபோது நாலைந்து செம்பிலே எடுத்துக்கொண்டு போகணும்!” என்றார் சாஸ்திரிகள்.

இதுகூட கங்கா தீர்த்தமா என்ன, செம்பிலே அடைத்துக்கொண்டு போவதற்கு?” அம்மாஞ்சி வாத்தியார், சாஸ்திரிகளின் அசட்டுத்தனத்தை எண்ணித் தலையில் அடித்துக்கொண்டார்.

“நதிக்குப் பக்கத்திலே குளம் மாதிரி ஒன்று தெரிகிறதே, அது என்னடா பஞ்சு?” என்று கேட்டார் மாமா.

“அதுக்கு ‘டைடல் பேஸின்’ என்று பெயர். வாஷிங்டனிலேயே ரொம்ப அழகான இடம் அது. அதைச் சுற்றிலும் இருப்பது ஜப்பான் தேசத்து செர்ரி மரங்கள். ஏப்ரல் மாதத்திலே அந்த மரங்கள் பூத்துக் குலுங்கறபோது கண்கொள்ளாக் காட்சியாக இருக்கும். அதைப் பார்க்கப் பல தேசங்களிலிருந்து காதலர்கள் ஜோடி ஜோடியாக வருவார்கள்” என்று கூறிக்கொண்டே லல்லியை ஒருமுறை கடைக் கண்ணால் கவனித்தான் பஞ்சு.

“சாஸ்திரிகளே! நாம் இரண்டு பேரும் இன்றைக்கே ஜோடியாகப் போய் ஸ்நானம் செய்துவிட்டு வந்துவிடலாம்” என்றார் அம்மாஞ்சி.

“அதோ ஒரு மண்டபம் தெரிகிறதே, அதுதான் லிங்கன் மண்டபம்” என்றான் பஞ்சு.

“ஆப்ரஹாம் லிங்கன் மண்டபமா?” என்று கேட்டார் மாமா.

“ஆமாம்” என்றான் பஞ்சு.

‘ஹர ஹர’ என்று அந்த மண்டபத்தை நோக்கிக் கன்னத்தில் போட்டுக்கொண்டார் சாஸ்திரிகள்.

“சாஸ்திரிகளே, எதுக்காக இப்போது கன்னத்தில் போட்டுக் கொள்கிறீர்கள்?” அம்மாஞ்சி கேட்டார்.

“லிங்கம் வைத்து மண்டபம் கட்டியிருக்காளே! மஹாலிங்கம் ஜம்புலிங்கம் மாதிரி அமெரிக்காவிலே ஆப்ரஹாம் லிங்கம் விசேஷம் போலிருக்கு” என்றார் சாஸ்திரிகள்.

சாஸ்திரிகள் சொன்னதைக் கேட்டுக் குலுங்கிச் சிரித்தனர் அனைவரும்.

“பாவம்! சிரிக்காதீங்க! சாஸ்திரிகள் அப்பாவி மனிதர்! அமெரிக்காவுக்குப் புதுசோல்லியோ? கழுத்தில் லிங்கம் கட்டிக்கிறவாளுக்குத்தான் லிங்கன்னு பேருங்கறது அவருக்குத் தெரியாது” என்று வியாக்கியானம் செய்தார் அம்மாஞ்சி.

‘பேஷ்! இவர் அவரைவிட பிரகஸ்பதி!’ என்று எண்ணிக் கொண்டான் பஞ்சு.

“எல்லோரும் அங்கே பாருங்கள். கேபிடல் டோம் தெரிகிறது” என்றாள் ஏர்ஹோஸ்ட்டஸ்.

அனைவரும் லல்லி சுட்டிக் காட்டிய அந்தக் கட்டடத்தையே கண் கொட்டாமல் பார்த்தார்கள்.

“அடேயப்பா! இவ்வளவு பெரிய கட்டடம்? இட்லிப் பானை மூடி மாதிரி பிரமாண்டமா இருக்கே!” என்று அதிசயப்பட்டனர் அத்தையும், பாட்டியும்.

“உலகிலேயே மிகவும் முக்கியமான கட்டடம் இது” என்றான் பஞ்சு.

“அமெரிக்காள் சாமான்யப்பட்டவளா என்ன? இந்தியாவுக்குக் கோடி கோடியா ‘ஹெல்ப்’ பண்ணுகிறவாளாச்சே! அவா தீர்க்காயுசாயிருக்கணும்” என்று ஆசீர்வதித்தார் அம்மாஞ்சி வாத்தியார்.

“இப்போது விமானம் கீழே இறங்கப் போகிறது. எல்லோரும் பெல்ட்டைப் போட்டுக்கொள்ளுங்கள்” என்று எச்சரித்தாள் ஏர்ஹோஸ்ட்டஸ்.

சாஸ்திரிகளும், அம்மாஞ்சியும் பெல்ட்டை மாட்டிக் கொண்டனர்.

“சாஸ்திரிகளே, உம்ம ஆயுசிலே ‘பெல்ட்’ போட்டுக்கொள்வதற்கு உமக்கு ஒரு சான்ஸ் கிடைச்சுது பாரும்!” என்று சாஸ்திரிகளைப் பரிகாசம் செய்தார் அம்மாஞ்சி.

“அதுமட்டுமா? ‘சாம்பசிவ சாஸ்திரிகள்... வாஷிங்டன் ரிடர்ன்ட்’ என்று வேறு சொல்லிக்கொள்ளலாமே!” என்றான் டெல்லி பஞ்சு.

விமான நிலையத்தில் மேரேஜ் பார்ட்டியை அழைத்துச் செல்ல ராக்ஃபெல்லர் உறவினர்கள் கார்களோடு வந்து காத்திருந்தனர்.

மேரேஜ் பார்ட்டி வரப்போகிற சேதி இதற்குள் வாஷிங்டன் முழுவதும் பரவி விடவே, விமான நிலையத்தில் பெருங்கூட்டம் கூடிவிட்டிருந்தது.

“அம்மாஞ்சி! வெளியே பார்த்தீரா கூட்டத்தை... எள்ளுப் போட இடமில்லை” என்றார் சாஸ்திரிகள்.

“அப்படியா!” என்று கூறிய அம்மாஞ்சி வாத்தியார் சட்டென்று இடுப்பில் செருகியிருந்த பொட்டலத்திலிருந்து நாலு எள்ளை எடுத்துப் போட்டுப் பார்த்தார்.

“இதெல்லாம் வெள்ளைக்காராள் தேசம். கண்ட இடத்தில் குப்பை போடக்கூடாது” என்றார் சாஸ்திரிகள்.

அம்மாஞ்சி வாத்தியார் விமானத்தை விட்டு இறங்கியதுதான் தாமதம், பத்திரிகை நிருபர்கள் அவரைச் சூழ்ந்துகொண்டு கேள்வி கேட்க ஆரம்பித்துவிட்டார்கள். கேமராக்காரர்கள் பல கோணங்களில் அவரைப் படமெடுத்துக்கொண்டனர்.

“உங்கள் பெயர்?” ஒரு நிருபர் கேட்டார்.

“அம்மாஞ்சி.”

“நீங்கள் கீழே போட்டீர்களே, அதற்கு என்ன பெயர்?”

“எள்!”

என்ன ஹெல்லா? அதை ஏன் கீழே போட்டீர்கள்?”

“நான் ஆகாசத்திலேதான்விட்டேன். அது கீழே விழுந்துவிட்டது.”

“ஹெல்லுக்குள் என்ன இருக்கிறது?”

"எண்ணெய்!"

"எண்ணெய் என்றால்...?"

"ஆயில்...!"

"ஆயிலா? அவ்வளவு சிறிய வஸ்துக்குள் ஆயிலா? ஒண்டர்புல்!..." என்றனர் நிருபர்கள்.

அவ்வளவுதான்! வாஷிங்டன் பத்திரிகைகளிலெல்லாம் அம்மாஞ்சியின் புகைப்படத்துடன் 'எள்ளுக்குள் ஆயில் இருக்கிறது என்னும் மகத்தான உண்மையைக் கண்டுபிடித்துள்ள இண்டியன் சாஸ்திரி! அதாவது, ஸயன்டிஸ்ட்!' என்ற செய்தியைப் பிரசுரித்துப் பெரும் பரபரப்பை உண்டாக்கிவிட்டனர்.

உடனே அமெரிக்காவிலுள்ள எண்ணெய்க் கம்பெனி முதலாளிகளும் பூதத்துவ ஆராய்ச்சி நிபுணர்களும் அவசரம் அவசரமாக ஸயன்டிஸ்ட் அம்மாஞ்சியைப் பேட்டி காணப் புறப்பட்டுவிட்டார்கள்!

"எள்ளுக்குள் எண்ணெய் இருக்கிற மர்மத்தை ஸயன்டிஸ்ட் அம்மாஞ்சி டெலிவிஷன் பேட்டியில் விளக்கிச் சொல்வார்" என்று மாலை பத்திரிகைகளில் இன்னொரு செய்தி வெளியாயிற்று.

ராக்ஃபெல்லர் உறவினர்களுக்கு, கல்யாண கோஷ்டியினரை ஒவ்வொருவராக அறிமுகப்படுத்திவைத்தனர் மூர்த்தி தம்பதியர். அப்புறம் எல்லோரும் 'கான்ஸ்டிடியூஷன் அவென்யூ' வழியாக ஜார்ஜ் டவுனுக்கு அழைத்துச் செல்லப்பட்டனர்.

பக்கத்தில் பக்கத்தில் எட்டு கார்கள் செல்லக்கூடிய அளவுக்கு மிக விசாலமாயிருந்தது அந்தச் சாலை.

"ஜானவாச ஊர்வலத்துக்கு ஏற்ற இடம்... ரொம்ப அழகாயிருக்கிறது" என்றார் மாமா.

நடத்திவிட்டால் போச்சு! அதையெல்லாம் தீர்மானிக்கத்தானே வந்திருக்கோம். நகரம் பூராவையும் ஒருமுறை நன்றாகச் சுற்றிப் பார்த்துவிடலாம். பிறகு ஒவ்வொன்றாக முடிவு செய்வோம்.

ஜார்ஜ் டவுனில்தான் நாமெல்லாம் தங்கப்போகிறோம்" என்றார் மூர்த்தி.

"மெட்ராஸ் மாதிரி இங்கேயும் ஒரு ஜார்ஜ் டவுன் இருக்கிறதா? அப்படீன்னா ரொம்ப செளகரியமாப் போச்சு! கொத்தவால்சாவடிகூட இருக்கும்" என்றார் சாஸ்திரிகள்.

"ஓய்! கொத்தவால்சாவடியும் கிடையாது, கொண்டித்தோப்பும் கிடையாது. பேஷான இடமய்யா இது. வந்து பாரும் ஒவ்வொரு வீட்டையும்" என்றார் பஞ்சு.

"நமக்கெல்லாம் ஜார்ஜ் டவுனில்தான் ஜாகை ஏற்பாடு செய்யப்பட்டிருக்கிறது என்றாள் மிஸஸ் மூர்த்தி.

கார்கள், ஜார்ஜ் டவுன் ஜாகைக்கு முன்னால் போய் நின்றன.

அம்மாஞ்சியும், சாம்பசிவ சாஸ்திரிகளும் காரைவிட்டு இறங்கியதுதான் தாமதம். உடனே ஸ்நானத்துக்குப் புறப்பட்டுவிட்டனர். இருவரும் இன்னொரு காரை எடுத்துக்கொண்டு பொடோமாக் நதிக்கரை ஓரமாகவே துணி துவைப்பதற்கு வசதியாகக் கல் இருக்கிறதா என்று பார்த்தபடியே போய்க்கொண்டிருந்தார்கள்.

"அதோ, அதோ ஒரு கல்!" என்றார் சாஸ்திரிகள்.

"டிரைவர் ஸார்! நிறுத்துங்கோ" என்றார் அம்மாஞ்சி. டிரைவர் காரை நிறுத்தியதும் இருவரும் நதியில் இறங்கிக் கல்லை வாட்டமாகப் புரட்டிப் போட்டுக்கொண்டு வேட்டி துவைக்கத் தொடங்கினர்!

அவர்கள் இருவரும் துணி துவைக்கும் சத்தத்தைக் கேட்டு விட்டுச் சாலையில் போய்க்கொண்டு இருந்தவர்கள் வேடிக்கை பார்க்க வந்துவிட்டனர். சற்று நேரத்துக்கெல்லாம் அந்த இடத்தில் பெரும் கூட்டம் கூடிவிட்டது.

வாஷிங்டனில்கூட ரொம்பப் பேர் வேலை வெட்டி இல்லாமல் இருப்பார்கள் போலிருக்கிறதே! நாம் வேட்டி துவைப்பதை ஒரு அதிசயமாகப் பார்த்துக்கொண்டு நிற்கிறார்களே!" என்றார் சாஸ்திரிகள்.

"ஆமாம்; மெட்ராஸில் கூவம் நதியிலே எருமை மாடுகள் குளிப்பதை நம் ஊர்க்காரர்கள் வாராவதி மேல் கவிந்துகொண்டு வேடிக்கை பார்ப்பதில்லையா? அந்த மாதிரிதான்" என்றார் அம்மாஞ்சி.

'மடேர் மடேர்!' என்று கல் மீது வேட்டியை ஓங்கி அடித்தார் சாம்பசிவ சாஸ்திரிகள்.

"துணியால் ஓங்கி அடித்துக் கல்லை உடைக்கப் பார்க்கிறார்..." என்றார் வேடிக்கை பார்த்துக்கொண்டிருந்தவர்களில் ஒருவர்.

சாம்பசிவ சாஸ்திரிகளைச் சுட்டிக் காட்டி, "அவர் குருஷேவ் மாதிரி இருக்கிறார்" என்றார் ஓர் அமெரிக்கர்.

"ஒருவேளை குருஷேவ்தான் இப்படி வேஷம் போட்டுக்கொண்டு வந்திருக்கிறாரோ, என்னவோ?" என்றார் இன்னொரு அமெரிக்கர்.

"டஃப்ட் இருக்கிறதே!" என்றார் மற்றொருவர்.

இதற்குள் அம்மாஞ்சி ஈர வேட்டியைப் பிழிந்து கொசுவி ஒற்றைக் கையால் நாலு தடவை தும்முகிற மாதிரி 'படார் படார்' என்று உதறினார். கரையில் கூடியிருந்தவர்கள் அதைக் கண்டு சிரித்தார்கள்.

"வேட்டியைப் பிழிந்து உதறுவதைக்கூட ஒரு பெரிய கலை என்று எண்ணிக்கொண்டிருக்கிறார்களே இந்த அமெரிக்கர்கள்" என்றார் அம்மாஞ்சி.

வேட்டியை செர்ரி மரம் ஒன்றில் கட்டிக் காயவைத்து விட்டு, இருவரும் நதியில் முங்கிக் குளித்தார்கள்.

சாஸ்திரிகள் தண்ணீரில் முங்கி எழுகிறபோதெல்லாம் 'ஹாரி ஹாரி' என்று ஹரி நாமத்தை நீட்டி முழக்கி கோஷித்தார்.

கரையில் நின்று கொண்டிருந்த ஹாரி (Harry) என்ற பெயருடையவர்கள் எல்லாம் தங்கள் பெயரைத்தான் சொல்லுகிறார் என்று எண்ணி மகிழ்ந்தார்கள்.

குளித்து முடித்ததும், சம்புடத்திலிருந்து விபூதியை எடுத்துக் குழைத்து நெற்றியில் இட்டுக்கொண்டார் அம்மாஞ்சி. ஈரமாக

இருந்த விபூதி உலர்ந்தபோது அம்மாஞ்சியின் நெற்றியில் பட்டையாக மூன்று வெள்ளைக் கோடுகள் பளிச்சிட்டன.

அதைக் கண்டுவிட்ட பத்திரிகை நிருபர்கள் பாய்ந்தோடி அந்து, அம்மாஞ்சியையும், சாஸ்திரிகளையும் நிற்க வைத்துப் படமெடுத்துக்கொண்டார்கள்.

நெற்றியில் பளிச்சிட்ட மூன்று கோடுகளையும் ஒரு நிருபர் இஞ்ச் டேப்பால் அளந்துகொண்டு போனார்.

"டூ இண்டியன் ஸயன்டிஸ்ட்ஸ் டேக் தேர் பாத் இன் ரிவர் பொடோமாக்!"

"தி ஸீக்ரெட் ஆப் தி ஸேக்ரட் பவுடர்!" என்று பத்திரிகைகளில் வெளியான செய்திகளை அமெரிக்க மக்கள் ஆர்வத்தோடு வாங்கிப் படித்தனர். அம்மாஞ்சியும், சாஸ்திரிகளும் செர்ரி மரத்தில் உலர்த்தியிருந்த வேட்டியை எடுத்துக் கட்டிக்கொள்ளுகிறபோது கேமராக்காரர்கள் அவர்களைத் துரத்திச் சென்றனர்.

"அடடா! இந்த நிருபர்கள் நம்மை வேஷ்டி மாற்றிக்கொள்ளக்கூட விடமாட்டார்கள் போலிருக்கே!" என்றார் சாஸ்திரிகள்.

"அதுமட்டுமா? டெலிவிஷன்லே வேற இன்டர்வியூ இருக்காம்" என்றார் அம்மாஞ்சி.

"நீர் எள்ளைப் பற்றிப் பேசும்; நான் விபூதியைப்பற்றி ஒரு லெக்சர் அடிச்சுடறேன்" என்றார் சாஸ்திரிகள்.

அவர்களிருவரும் ஜாகைக்குத் திரும்பி வந்ததும், "இரண்டு பேரும் எங்கே போய்விட்டீர்கள் இவ்வளவு நேரம்? மணி பன்னிரண்டு ஆகப் போகிறதே... வந்த வேலையைக் கவனிக்க வேண்டாமா?..." என்று கேட்டார் அய்யாசாமி.

ஸ்நானம் செய்ய பொடோமாக் ரிவருக்குப் போயிருந்தோம். அங்கே ஜனங்கள் எங்களைச் சூழ்ந்துகொண்டுவிட்டார்கள். அவர்களிடமிருந்து தப்பித்து வருவதற்குள் பெரும் பாடாகிவிட்டது. எள்ளுக்குள் எண்ணெய் இருக்கிறது என்கிற ரகசியத்தை கண்டுபிடித்து விட்டேனாம். நல்லவேளை! எள்ளையே நான் தான் கண்டுபிடித்தேன் என்று சொல்லாமல்விட்டார்களே!" என்றார் அம்மாஞ்சி.

"ஒரு மணிக்கு நாம் எல்லோரும் மிஸஸ் ராக்ஃபெல்லருடன் வெளியேபோய்'டம்பர்ட்டன்ஓக்ஸ்','ஸம்மர்ஹவுஸ்' ஆகியஇரண்டு மாளிகைகளையும் பார்த்துவிட்டு வரவேண்டும். ரொம்பப் பெரிய மாளிகையாம். ஒன்றில் பெண் வீட்டுக்காரர்களும், இன்னொன்றில் பிள்ளை வீட்டுக்காரர்களும் இறங்கிக்கொள்ளலாம் என்று மிஸஸ் ராக்ஃபெல்லர் சொல்கிறார்..." என்றார் மூர்த்தி.

"ராகு காலத்துக்கு முந்தியே புறப்பட்டு விடலாமா?" என்று கேட்டார் மாமா.

"முக்கியமாக அப்பளம் இடுவதற்கும், உலர்த்துவதற்கும் இடத்தைப் பார்த்து முடிவு செய்யணுமே..." என்று கவலைப் பட்டாள் அத்தை.

"ஸம்மர் ஹவுஸில் நமக்காக ஹெலிகாப்டர் காத்துக்கொண்டி ருக்கிறதாம். மிஸஸ் ராக்ஃபெல்லர், அத்தையையும், பாட்டியையும் ஹெலிகாப்டரில் அழைத்துக்கொண்டு போய், வாஷிங்டனிலுள்ள மொட்டை மாடிகளையெல்லாம் ஒன்றுவிடாமல் காட்டப்போகி றாளாம். எந்த மாடி தேவையானாலும் அந்த மாடியில் அப்பளம் உலர்த்துவதற்கு சர்க்காரிடம் பர்மிஷன் வாங்க முடியுமாம்..." என்றாள் மிஸஸ் மூர்த்தி.

"ஹெலிகாப்டரில் ஏரியல் சர்வேயா?" என்று கேட்டார் மாமா.

"ரொம்ப சௌகரியமாப் போச்சு. ஒவ்வொரு மாடியாக ஏறி இறங்கணுமே என்று பயந்துகொண்டிருந்தேன்" என்றாள் அத்தை.

பகல் ஒரு மணி இருக்கும். எல்லோரும் கிளம்பி, வழியிலுள்ள தெருக்களையெல்லாம் பார்த்துக்கொண்டே ஸம்மர் ஹவுஸுக்குப் போனார்கள்.

"ஜார்ஜ் டவுன் ரொம்ப நன்றாயிருக்கிறது. பேஷான வீடுகள், தெருக்களும் அகலமாயிருக்கின்றன. ஷாப்புகளும், ஸ்டோர்களும் நிறைய இருக்கின்றன" என்றார் அய்யாசாமி.

"வெற்றிலை பாக்குக் கடைதான் இல்லை..." என்று குறைபட்டார் அம்மாஞ்சி.

"ஏன்? பொடி மட்டை காலியாகிவிட்டதோ?" என்று கேட்டார் சாஸ்திரிகள். பேசிக்கொண்டே எல்லோரும் ஸம்மர் ஹவுஸை அடைந்தார்கள்.

“அடாடா! எவ்வளவு பெரிய மாளிகை! மயனே சிருஷ்டித்த மாதிரி அல்லவா இருக்கிறது?” என்று வியந்தார் மாமா.

“இந்த இடம் போதுமா?” என்று கேட்டாள் மிஸஸ் ராக்ஃபெல்லர்.

“யதேஷ்டம்; முகூர்த்தத்தை இந்த வீட்டில் தான் வைத்துக்கொள்ள வேண்டும்” என்றார் அய்யாசாமி.

“வீடா இது? மாளிகை என்று சொல்லும்” என்று திருத்தினார் சாஸ்திரிகள்.

“மெட்ராஸ் கோவிந்தப்ப நாயக்கன் தெரு சத்திரம் கெட்டுது போங்கோ?” என்றார் அம்மாஞ்சி.

“இதிலே ஒரு ரூமுக்கு இணையாகுமா அது” என்றார் சாஸ்திரிகள்.

“துணி உலர்த்துவதற்குத்தான் கொடியே இல்லை” என்றாள் அத்தை.

“கொடி என்றால் என்ன?” என்று கேட்டாள் மிஸஸ் ராக்ஃபெல்லர்.

“*Flag*” என்று அம்மாஞ்சி தமக்குத் தெரிந்த இங்கிலீஷில் அதை மொழிபெயர்த்துச் சொன்னபோது லல்லியும், பஞ்சுவும் சிரித்துவிட்டு, கொடி என்றால் என்ன என்பதை மிஸஸ் ராக்ஃபெல்லருக்குப் புரியும்படி விளக்கிச் சொன்னார்கள்.

“தெருவில் முகூர்த்தப் பந்தல் போடுகிறபோது அந்த ஆட்களிடம் சொல்லி அப்படியே கொடியும் கட்டிக்கொள்ளலாம். இதற்கெல்லாம் ராக்ஃபெல்லர் மாமியைத் தொந்தரவு செய்யக்கூடாது” என்றாள் பெண்ணுக்கு அம்மா.

“சரி, மாடியில் ஹெலிகாப்டர் ரெடியாயிருக்கிறது. அத்தை, பாட்டி, மிஸஸ் மூர்த்தி, லல்லி நாலு பேரும் வாருங்கள் போகலாம்” என்று அழைத்தாள் மிஸஸ் ராக்ஃபெல்லர்.

வெங்கிட்டுவும் அவர்களோடு தொற்றிக்கொண்டான்.

அத்தை, பாட்டி ‘ஜமா’வை ஏற்றிக்கொண்ட ஹெலிகாப்டர் ஜாந்தாம்மென்று வானில் பறக்கத் தொடங்கியது.

4

லோரிட்டாவுக்கு வாஷிங்டனில் 'போர்' அடித்தது. காரணம், அவளுடைய சிநேகிதி வசந்தா அருகில் இல்லாததுதான். கார்டனுக்குள் சென்று ஒவ்வொரு பூஞ்செடியாகப் பார்த்துக்கொண்டிருந்தாள். அதெல்லாம் அவளுக்கு ரசிக்கவில்லை. 'என்ன இருந்தாலும் 'டாஞ்சூர் ஃபிளவர் பஞ்ச்'சுக்கு ஈடாகுமா?' என்று எண்ணிக்கொண்டாள்.

வசந்தாவின் நினைவு தோன்றவே, உடனே தன் 'தோழி'க்கு லெட்டர் எழுதப் போய்விட்டாள்.

"டியர் வசந்தா! இப்போது நான் மேரேஜ் பார்ட்டியுடன் வாஷிங்டன் வந்திருக்கிறேன். என் டாடியும், மம்மியும், உன் டாடியும், மம்மியும் இங்கேதான் இருக்கிறார்கள். மிஸஸ் ராக்ஃபெல்லர் ஒன் மினிட்கூட ஓய்வில்லாமல் அலைந்து கொண்டிருக்கிறார். மேரேஜ் ரொம்ப கிராண்டாக நடக்கும் போலிருக்கிறது. இங்கே சம்மர் ஹவுஸைச் சுற்றிலும் பியூட்டிஃபுல் கார்டன்! ஃபிளவர்ஸ் வெரி நைஸ்! ஆனால் டாஞ்சூர் ஃபிளவர் மாதிரி வாசனை இல்லை.

அம்மாஞ்சி - ஸாஸ்ட்ரி என்று இரண்டு பேர் வந்திருக்கிறார்கள். வெரி ஹ்யூமரஸ் பீபிள்! அவர்களைப் பார்த்தால் லாரல் அண்ட் ஹார்டியைப்போல் இருக்கிறது. என் டாடியும் மம்மியும், பிரைட்க்ரூம் பார்ட்டியுடன் ‘டம்பர்ட்டன் ஓக்ஸ்’ மாளிகையைப் பார்க்கப் போயிருக்கிறார்கள். மேரேஜ் அநேகமாக ஏப்ரல் மாதத்தில் நடக்கும் என்று தோன்றுகிறது. இன்னும் ‘டேட்’ நிச்சயமாகவில்லை. ‘டுமாரோ’வுக்குள் எல்லாம் தெரிந்துவிடும். நீ இல்லாமல் எனக்கு இங்கே பொழுதே போகவில்லை. உன் ஹஸ்பெண்டுடன் நீ அடுத்த வாரமே வாஷிங்டன் வந்துவிடு. இங்கே ‘ஸ்பிரிங்’ ஆரம்பமாகப் போகிறது. செர்ரி ஃபிளவர்ஸ், டாக்வுட், டுலிப்ஸ், மக்னோலியா எல்லாம் வெரி வெரி பியூட்டிபுல்லாயிருக்கும். இந்த ஸம்மர் ஹவுஸ் கார்டனில் பெரிய பெரிய மரங்கள் இருக்கின்றன. நீ வந்தால் அவற்றில் ஊஞ்சல் கட்டி விளையாடலாம். ரொம்ப ஜாலியாக இருக்கும்.

உன் அன்புள்ள லோரிட்டா.

பி.கு.: நீ வரும்போது எனக்கு ஆறு டின் கமர்கட் வாங்கி வரவும்.”

“சாஸ்திரிகளே! மணி மூன்றாகப் போகிறது. வெளியே கொஞ்ச தூரம் ‘வாக்கிங்’ போய்விட்டு வரலாமா?” என்று கேட்டார் அம்மாஞ்சி.

“சைக்கிள் இருந்தால் ஜார்ஜ் டவுன் முழுவதுமே ஒரு சுற்றுச் சுற்றிப் பார்த்துவிடலாம்” என்று ஆசைப்பட்டார் சாஸ்திரிகள்.

“உம் தரித்திர புத்தி உம்மை விடவில்லையே? வாஷிங்டனில் வந்து சைக்கிளில் போகிறாராம்” என்றார் அம்மாஞ்சி.

“நடந்துபோவது மட்டும் குபேர புத்தியாக்கும்?...” என்றார் சாஸ்திரி.

“அதற்கு ‘வாக்கிங்’ போவது என்று பெயர். அதோ பாரும் எத்தனை பேர் ஜோடி ஜோடியாக வாக்கிங் போகிறார்கள் என்று...”

“அவர்களெல்லாம் எங்கே போகிறார்கள்?”

“சில பேர் சினிமாவுக்குப் போவார்கள். சில பேர் ஷாப்பிங் போவார்கள்.”

"எனக்கும் கொஞ்சம் ஷாப்பிங் போகணும்" என்றார் சாஸ்திரிகள்.

"எதுக்கு?"

"புது வருஷத்துக்குப் பஞ்சாங்கம் வந்திருந்தால் வாங்கணும்!"

"சாஸ்திரிகளே, யாராவது சிரிக்கப் போறா... வாயை மூடிக்கொண்டு என்னோடு வாரும். மண்ட்ரோஸ் பார்க் பக்கமாகப் போய்விட்டு வரலாம்."

"உமக்கு வழி தெரியுமா?"

"தெரியாமல் என்ன? சம்பந்தியாத்துக்காரன் தங்கப்போறாளே டம்பர்ட்டன் ஓக்ஸ், அந்த வீட்டைத் தாண்டி ஆர். ஸ்ட்ரீட் வழியா நடந்தால், கொஞ்ச தூரத்தில் மண்ட்ரோஸ் பார்க்! நாம் தங்கியிருக்கிற சம்மர் ஹவுஸ் மேல் மாடியிலேயிருந்து பார்த்தாலே தெரியறதே!"

"வாஷிங்டன் நகரத்தையே நீர்தான் நிர்மாணித்த மாதிரி அல்லவா பேசுகிறீர்?" என்றார் சாஸ்திரிகள்.

"தக்ளியை எடுத்துக்கொண்டீரா? பார்க் பெஞ்சிலே உட்கார்ந்து கொண்டிருக்கிற நேரத்திலே நூற்கலாமே!" என்றார் அம்மாஞ்சி.

அய்யாசாமி, மூர்த்தி, ஹாப்ஸ் தம்பதியர் பிள்ளை வீட்டுக்காரர்கள் எல்லோரும் எதிரில் வந்துகொண்டிருந்தார்கள்.

எங்கே புறப்பட்டுவிட்டீர்கள்?" என்று அம்மாஞ்சியைப் பார்த்துக் கேட்டார் மூர்த்தி.

"மண்ட்ரோஸ் பார்க் வரை வாக்கிங் புறப்பட்டோம். டம்பர்ட்டன் ஓக்ஸ் பங்களாவைப் போய்ப் பார்த்தீர்களா? வசதியாக இருக்கிறதா?" என்று கேட்டார் அம்மாஞ்சி.

"ரொம்ப சௌகரியம். இரண்டு வீடுகளும் கூப்பிடு தூரத்தில் இருக்கின்றன. நீங்களிருவரும் சீக்கிரம் திரும்பிவந்துவிடுங்கள்" என்றார் அய்யாசாமி.

"ஓ எஸ்! ஸெவன் தர்ட்டிக்குள் வந்துவிடுகிறோம்" என்றார் சாஸ்திரி.

“அவ்வளவு நேரம் ஆகுமா?” என்று கேட்டார் அய்யாசாமி.

ஆறரை மணிக்குள் என்றுதான் சாஸ்திரிகள் சொல்ல நினைத்தார். ஆனால் அவருக்கு ஆறரை என்பதற்கு இங்கிலீஷ் தெரியாது. ஸெவன் தர்ட்டி என்கிற வார்த்தைதான் தெரியும். எனவே தெரிந்த இங்கிலீஷைச் சொல்லி வைத்தார்.

சாஸ்திரிகள் உளறுகிறார் என்பதைப் புரிந்துகொண்ட அம்மாஞ்சி, “நாங்க ஸிக்ஸ் தர்ட்டிக்குள் வந்துவிடுகிறோம்” என்று சொல்லி அனுப்பினார்.

சாஸ்திரிகளும்,அம்மாஞ்சியும்பார்க்கில்ஜனநடமாட்டமில்லாத ஓர் இடமாகப் பார்த்து பெஞ்சில் அமர்ந்துகொண்டனர்.

சாஸ்திரிகள் தக்ளியைச் சுழற்றி நூற்க ஆரம்பித்தார்.

“நீர் இங்கேயே உட்கார்ந்துகொண்டு நூற்றுக்கொண்டிரும். நான் கொஞ்சம் மாவிலை ஒடித்து வந்துவிடுகிறேன். நாளைக்கு இரண்டு வீட்டுக்கும் புண்ணியாகவாசனம் செய்யணும்...” என்று கூறிவிட்டுப் போனார்.

அம்மாஞ்சி திரும்பி வருவதற்குள் சாஸ்திரிகளைச் சுற்றிப் பெரும் கூட்டம் கூடிவிட்டது. அவர் தக்ளியைச் சுழற்றி, பஞ்சிலிருந்து நூலை லாவகமாக இழுப்பதை அதிசயமாகப் பார்த்துக்கொண்டிருந்தார்கள் அவர்கள்.

“வாட் இஸ் திஸ்?” என்று கேட்டார் பத்திரிகை நிருபர் ஒருவர்.

சாஸ்திரிகள் பதில் சொல்ல முடியாமல் திணறிக்கொண்டிருந்த போது, நல்லவேளையாக அம்மாஞ்சியே திரும்பி வந்துவிட்டார். சாஸ்திரிகள் தவித்துக்கொண்டிருப்பதைக் கண்ட அவர், “திஸ் இஸ் டக்ளி! திஸ் இஸ் காட்டன்” என்று அவர்களுக்கு விளக்கினார் அம்மாஞ்சி.

“இந்த ‘த்ரெட்’டை என்ன செய்வீர்கள்?”

“பூணூல் செய்து பிரம்ம முடிச்சுப்போடுவோம்... அப்புறம் இதை பிரம்மாவே வந்தாலும் பிரிக்க முடியாது...”

“ஒரே தடவையில் அறுந்துபோகாமல் எத்தனை அடி நீளம் நூல் நூற்பீர்கள்?”

"எவ்வளவு நீளம் வேண்டுமானாலும் நூற்கலாம். ஆனால் தக்ளி தரையில் இடிக்குமே..." என்றார் அம்மாஞ்சி.

"தரையில் பள்ளம் வெட்டித் தக்ளி இடிக்காமல் நூற்றால் போகிறது" என்றார் ஒரு நிருபர்.

"அதைவிட வாஷிங்டன் ஸ்தூபி மீது ஏறி நின்றுகொண்டு நூற்கலாமே" என்றார் அம்மாஞ்சி.

ஒண்டர்புல் ஐடியா! ஒரு எக்ஸிபிஷன் ஷோவுக்கு ஏற்பாடு செய்தால் எல்லோரும் வேடிக்கை பார்ப்பார்கள்" என்று சொல்லிவிட்டுப் போனார்கள் பத்திரிகை நிருபர்கள்!

அவ்வளவுதான்!'ஸ்பின்னிங்மேன்ஃப்ரம்காந்திலாண்ட்!' என்று அன்று மாலையே பத்திரிகைகளில் செய்தி வெளியாகிவிட்டது.

அம்மாஞ்சியும், சாஸ்திரிகளும் ஜாகைக்குத் திரும்பிச் செல்வதற்குள் மணி எட்டுக்கு மேல் ஆகிவிட்டது.

இருவரும் வழி தெரியாமல் தெருத் தெருவாக அலைந்து அலைந்து ஜார்ஜ் டவுன் முழுவதும் சுற்றிவிட்டுக் கடைசியாக ஆர். ஸ்ட்ரீட்டுக்கு வழி கேட்டுக்கொண்டிருந்தனர்.

வெகு நேரமாகிவிடவே, டெல்லி பஞ்சு காரை எடுத்துக்கொண்டு அவர்களைத்தேடக்கிளம்பிவிட்டான். அம்மாஞ்சியும் சாஸ்திரியும் ஆர். ஸ்ட்ரீட்டிலேயே அலைந்துகொண்டிருப்பதைக் கண்ட பஞ்சு, "உங்களைத் தேடிக்கொண்டு எங்கெல்லாம் அலைகிறது? மிஸஸ் ராக்ஃபெல்லர் உங்களிருவரையும் உடனே அழைத்து வரச் சொன்னார்" என்றான்.

"குளிர்ந்த வேலையில் ஜார்ஜ் டவுனை ஒரு சுற்றுச் சுற்றிப் பார்த்தோம். அதனால் லேட்டாகிவிட்டது" என்றார் அம்மாஞ்சி.

"வீட்டுக்கு திரும்பி வர வழி தெரியாமல் அலைஞ்சோம்னு சொல்லு மேன். இதிலே வேறு ஜம்பமா?" என்றார் சாஸ்திரிகள்.

"அலையறதாவது? வாக்கிங் என்று சொல்லும்" என்றார் அம்மாஞ்சி.

"அம்மாஞ்சி வாத்தியாரே! கையில் என்ன அது?" என்று கேட்டான் பஞ்சு.

“மாவிலைக் கொத்து, நாளைக்கு புண்ணியாகவாசனம் செய்ய வேண்டாமா?”

டெல்லி பஞ்சு சிரித்தான்.

“ஏன் சிரிக்கிறாய்?” அம்மாஞ்சி கேட்டார்.

“இது மாவிலை இல்லையே! வேறு ஏதோ இலை!” என்றான் பஞ்சு.

“பார்ப்பதற்கு அப்படித்தான் இருக்கும். இது அசல் அமெரிக்கா தேசத்து மாவிலை” என்று சமாளித்தார் அம்மாஞ்சி.

சம்மர் ஹவுஸில் ராக்ஃபெல்லர் மாமியும் மற்றவர்களும் கல்யாண ஏற்பாடுகளைப் பற்றிச் சர்ச்சை செய்துகொண்டிருந்தார்கள். அம்மாஞ்சியும் சாஸ்திரிகளும் வருவதைக் கண்டதும், “வாங்கோ அம்மாஞ்சி! ஏன் இவ்வளவு லேட்?” என்று கேட்டார் அய்யாசாமி.

“இந்த பேப்பர்காராள் எங்களைவிட்டாத்தானே? கேள்வி மேலே கேள்வி கேட்கிறார்கள். தக்ளியில் நூல் நூற்றுக் காட்டணுமாம். அதை ஒரு எக்ஸிபிஷனா நடத்தணுங்கறா! ‘ஆகட்டும், வாஷிங்டன் ஸ்தூபி மேலேயே ஏறி நின்று நூற்றுக் காட்டுகிறோம்’ என்று சொல்லித் தப்பித்துக்கொண்டு வந்தோம். அதுதான் லேட்” என்றார் அம்மாஞ்சி.

“சரி, கல்யாணத்துக்கு மொத்தம் எத்தனை தேங்காய் வேண்டியிருக்கும்? சொல்லும் பார்க்கலாம்” என்று கேட்டார் அய்யாசாமி.

“குறைந்தது இரண்டு லட்சமாவது தேவைப்படாதோ? ராக்ஃபெல்லர் மாமியைச் சார்ந்தவாளே நிறைய பேர் வருவாளே!” என்றார் அம்மாஞ்சி.

“டூ லாக்ஸ் போதுமா? ஒன் மில்லியன் கோகனட் வேண்டுமானாலும் ஹவாயிலிருந்து வரவழைத்து விடுகிறேன். எங்களுக்கு அங்கே ஒரு பெரிய எஸ்டேட் இருக்கிறது” என்றாள் மிஸஸ் ராக்ஃபெல்லர்.

“ரொம்ப நல்லதாப் போச்சு. பந்தலுக்கு வேண்டிய தென்னங்கீற்றைக்கூட அங்கிருந்தேகொண்டுவந்து விடலாமே!” என்றார் மாமா.

"மஞ்சள் குங்குமத்திலிருந்து ஆரம்பித்து எல்லாவற்றையும் விடாமல் ஜாபிதா போட்டுக்கொள்ளுங்கள். ஒன்றையும் மறக்கக்கூடாது" என்றாள் அத்தை.

"நாளைக்கே இரண்டு வீட்டுக்கும் புண்ணியாகவாசனத்தை நடத்திவிடலாம்" என்றார் அம்மாஞ்சி.

"அப்படீன்னா விடியற்காலம் மூணு மணிக்கே எழுந்து வீடெல்லாம் மெழுகிப் பெருக்கிக் கோலம் போட்டுச் செம்மண்ணும் இட்டு விடுவோம்" என்றாள் அத்தை.

"ஏப்ரல் மாசத்திலேயே கல்யாணத்தை நடத்திவிடலாமா?" என்று கேட்டார் அம்மாஞ்சி.

"ஆமாம்; சுபஸ்ய சீக்கிரம்னு சொல்லுவா பெரியவா. எதுக்கு டிலே பண்ணணும்? விமானம் ரெடியா இருக்கு. எதை நினைச்சாலும் அதைக்கொண்டுவந்துவிடலாம்" என்றார் மாமா.

முதலில் லட்சம் அப்பளம் இட்டு முடியணுமே!" என்று கவலைப்பட்டாள் பாட்டி.

"அதுதான் அப்பளம் உலர்த்துவதற்கு இடம் கூடப் பார்த்தாகிவிட்டதே! இன்னும் என்ன கவலை?" என்று கேட்டாள் அத்தை.

"எந்த இடம் ஃபிக்ஸ் ஆச்சு?" என்று கேட்டார் அம்மாஞ்சி.

"நேஷனல் ஆர்ட் காலரிதான். அதன் மாடிதான் விசாலமாயிருக்கு" என்றாள் அத்தை.

"ஆமாம். அப்பளம் இடுவதும் ஒரு ஆர்ட் தானே?" என்றார் ராக்ஃபெல்லர் மாமி.

"நாளைக்கே அப்பள வேலையை ஆரம்பித்தால்தான் முடியும். தஞ்சாவூர், திருநெல்வேலி, பாலக்காடு மூன்று ஊர்களிலிருந்தும் பாட்டிமார்களை அழைத்து வர வேண்டும். சம்மர் ஹவுஸில் அப்பளத்தை இட்டு ஹெலிகாப்டரில்கொண்டு போய் ஆர்ட் காலரி மாடியில் உலர்த்திவிடலாம்" என்றார் மாமா.

"மழை, காத்து வராமல் இருக்கணுமே" என்றாள் அத்தை.

"ஆர்ட் காலரி மாடி முழுவதும் பந்தல் போட்டு விடச் சொல்லட்டுமா?" என்று கேட்டாள் மிஸஸ் ராக்.

"பந்தல் போட்டுவிட்டால் அப்பளத்துக்கு வெயில் இல்லாமல் போய்விடுமே!" என்றாள் மிஸஸ் மூர்த்தி.

"ஓ! அதை மறந்துவிட்டேனே!" என்றாள் ராக்ஃபெல்லர் மாமி.

பஞ்சு! நீ நாளைக்கே புறப்பட்டுப் போய் சமையல்காரர்களையும் பாட்டிமார்களையும் விமானத்தில் ஏற்றி அனுப்பிவிட வேண்டும்..." என்றார் மாமா.

"உளுந்து, அரிசி, உரல், உலக்கை, மணை, அப்பளக் குழவி இவ்வளவும் வரவேண்டும்" என்றாள் விசாலம்.

"மேரேஜ் ரொம்பப் பிரமாதமாக நடக்கணும். வாட்டெவர் யூ வான்ட் வரவழைத்து விடுங்கள்" என்று உற்சாகப்படுத்தினாள் மிஸஸ் ராக்ஃபெல்லர்.

"சரி, நாளைக்கு எல்லாவற்றுக்கும் ஒரு லிஸ்ட் போட்டுக்கொண்டு யார் யாருக்கு என்னென்ன வேலை என்பதை 'அலாட்' செய்துவிடலாம்" என்றான் பஞ்சு.

"நகை செய்யும் ஆசாரிகளும் சீக்கிரம் வந்துவிட்டால் தேவலை. அவ்வளவு நகைகளும் செய்தாக வேண்டுமே" என்றாள் விசாலம்.

"பந்தல் போடுகிறவர்கள் கூடத்தான் முன்கூட்டியே வந்தாக வேண்டும்" என்றார் மாமா.

"ஆசாரி என்றால் யார்?..." என்று கேட்டார் ஹாரி ஹாப்ஸ்.

"கோல்ட்ஸ்மித்!" என்றார் மாமா.

"கோல்ட்ஸ்மித் என்ற பெயரில் இங்கேயே ரொம்பப் பேர் இருக்கிறார்களே" என்றார் ஹாப்ஸ்.

"இந்த கோல்ட்ஸ்மித்துக்கள் வேறு, எங்கள் ஊர் ஆசாரிகள் வேறு" என்றார் மாமா.

"முதலில் தோட்டத்தில் ஒரு பெரிய கிணறு வெட்டி ராட்டினம் போட்டு, துணி துவைக்கிற கல்லும் போட்டால் தேவலை..." என்றாள் அத்தை.

"நானே சொல்லணும்னு நினைச்சேன். நமக்கெல்லாம் மடியா ஸ்நானம் பண்றதுக்கு ஒரு இடம் வேண்டுமே" என்றாள் பாட்டி.

"சரி, நேரமாகிறது, எல்லோரும் தூங்கப் போகலாம். விடியற்காலமே எழுந்திருக்க வேண்டும்" என்று கூறினாள் அத்தை.

மிஸஸ் ராக்ஃபெல்லர் மட்டும் அன்று இரவெல்லாம் தூங்கவேயில்லை. தன்னுடைய உறவினர்களுக்கும் சிநேகிதர்களுக்கும்டெலிபோன்செய்து'காலையில்ஹோலிவாட்டர் ஸ்பிரிங்க்ளிங் பங்ஷன் நடக்கிறது. அவசியம் வந்துவிடுங்கள்' என்று ஒவ்வொருவராக அழைத்துக்கொண்டிருந்தாள்.

பொழுதுவிடிந்ததுதான் தாமதம். விஸ்கன்ஸின் அவென்யூவிலும், ஆர். ஸ்ட்ரீட்டிலும் வண்டிப் போக்குவரத்தைத் தடை செய்யும் அளவுக்குக் கூட்டம் கூடிவிட்டது. ஜார்ஜ் டவுனிலுள்ள பெண்மணிகள், ஆண்கள், சிறுவர், சிறுமியர் எல்லோரும் வேடிக்கை பார்க்க வந்துவிட்டார்கள். காரணம், சம்மர் ஹவுஸ், டம்பர்டன் ஓக்ஸ் வாசல்களில் கோலம் போடும் காட்சியைக் காணத்தான்.

பாட்டி, ஒரு பாத்திரத்தில் அரிசி மாவைக் கரைத்து எடுத்துக்கொண்டு விரல்களை வளைத்து வளைத்துப் போட்டக் கோலத்தை, வைத்த கண வாங்காமல் பார்த்துக்கொண்டிருந்தனர்.

விசாலம் குழல் கோலம் போட்டாள். அத்தை செம்மண்ணைக் கரைத்துக் கோலங்களுக்குச் சிவப்பு நிறத்தில் 'பார்டர்' கட்டினாள்.

"லவ்லி டிஸைன்ஸ்!" என்றாள் மிஸஸ் ராக்ஃபெல்லர்.

"ரெட் பார்டர் ஒண்டர்புல்!" என்றாள் மிஸஸ் ராக்ஃபெல்லர் சிநேகிதி ஒருத்தி.

"ஹவ் டூ தே புட் பாரலல் லைன்ஸ்?" என்று வியந்தனர் இன்னும் சிலர்.

சந்திர மண்டலத்துக்கு ராக்கெட் விடறவாளுக்கு நாம் கோலம் போடறது ஒரு பெரிய அதிசயமாயிருக்கு" என்றார் மாமா.

"இந்தக் கோலத்துக்கே இவ்வளவு கூட்டம் கூடினால் ஊர்கோலத்தை எப்படித்தான் சமாளிக்கப் போகிறோமோ?" என்று பெருமூச்சுவிட்டார் அய்யாசாமி.

5

"மிஸ்டர் பஞ்ச்! (பஞ்சைத் திரித்து 'பஞ்ச்'சாக்கிவிட்டார் மிஸஸ் ராக்ஃபெல்லர்!) ஐ டோண்ட் நோ எனிதிங்... இந்த மேரேஜ்ல ஒரு ஸ்மால் கம்ப்ளெயின்ட்கூட இருக்கக்கூடாது. யார் எது கேட்டாலும் ரெடியா இருக்கணும். 'டைகர் மில்க்' வேண்டுமானாலும்கொண்டுவந்து சேர்த்துடணும். தெரிஞ்சுதா? நீங்கதான் எல்லாத்துக்கும் இன்சார்ஜ். ஹெல்ப்புக்கு வேணும்னா லல்லியை அழைச்சிக்கிட்டுப் போங்க. இப்பவே நீங்க ரெண்டு பேரும் இண்டியாவுக்கு 'ஃப்ளை' பண்ணி அங்கிருந்து குக்ஸையும், பாட்டீஸையும் உடனே அனுப்பறதுக்கு ஏற்பாடு செய்யுங்க. இன்று முதல் மெட்ராஸுக்கு டெய்லி நாலு சார்ட்டர்ட் ப்ளேன்ஸ் போய் போய் ரிடர்ன் ஆயிக்கிட்டே இருக்கும்" என்றாள் மிஸஸ் ராக்ஃபெல்லர்.

டெல்லி பஞ்சுவுக்குச் சந்தோஷம் தாங்கவில்லை. ஹெல்ப்புக்கு லல்லியை அழைத்துப் போகச் சொல்லிவிட்டாளல்லவா, அந்தச் சந்தோஷம்தான். 'மிஸஸ் ராக்ஃபெல்லர் இங்கிதம் தெரிந்தவள்' என்று அந்தச் சீமாட்டியை மனதுக்குள்ளாக வாழ்த்தினான்.

அடுத்த சில மணி நேரத்துக்கெல்லாம் பஞ்சுவும், லல்லியும் புறப்பட்டுவிட்டார்கள். நாலு விமானங்கள் இண்டியாவை

நோக்கிப் பறந்தன. இந்த 'ட்ரிப்'பில் பஞ்சு-லல்லி நட்பு ரொம்ப உயர்ந்துவிட்டது! விமானக் காதல் ஆயிற்றே!

ஈவினிங் மூன்று மணிக்கு மெட்ராஸிலிருந்து ப்ளேன்ஸ் அரைவிங். எ பார்ட்டி ஆஃப் பாட்டீஸ் ப்ரம் பால்காட், டின்னவெல்லி அண்ட் டாஞ்சூர் கமிங். அவர்களை ரிஸீவ் பண்ண நாம் ஏர்போர்ட் போக வேண்டாமா?" என்று கேட்டாள் மிஸஸ் ராக்ஃபெல்லர்.

"கட்டாயம் போகத்தான் வேணும்" என்றாள் மூர்த்தியின் மனைவி லோசனா.

"அவங்களுக்கு 'கார்லண்ட்' போட்டு ரிஸீவ் செய்ய வேணுமா, இல்லே... இண்டியன் கஸ்டம்ஸ் எப்படி?" என்று கேட்டாள் ராக்ஃபெல்லர்.

"அதெல்லாம் ஒன்றும் வேண்டாம். கார்லே அழைத்துக்கொண்டு வந்தால் போதும்" என்றார் அய்யாசாமி.

"ஏர்போர்ட்லே அவங்களுக்காக நூறு கார் வெயிட் பண்ணச் சொல்லியிருக்கேன். சீக்கிரம் புறப்படுங்க போகலாம்" என்றாள் மிஸஸ் ராக்ஃபெல்லர்.

பாலக்காட்டுப் பாட்டிகளுக்கு ஒரு விமானம். டின்னவெல்லி பாட்டிகளுக்கு ஒரு விமானம். டாஞ்சூர் பாட்டிகளுக்கு ஒரு விமானம், உளுந்து, உலக்கை, உரல் முதலிய சாமான்களுக்கு ஒரு விமானம் - ஆக நாலு விமானங்கள் ஒன்றன் பின் ஒன்றாக வந்து இறங்கின.

அவற்றிலிருந்து வரிசையாக இறங்கி வந்த பாட்டிமார்களைக் கண்ட மிஸஸ் ராக்ஃபெல்லருக்கு ஆனந்தம் தாங்க முடியவில்லை. ஏர்ஹோஸ்ட்டஸ் லல்லி, பால்காட் பாட்டிமார்களின் லீடரான துளசிப் பாட்டியை அறிமுகப்படுத்தினாள். டாஞ்சூர் குரூப் லீடர் காவேரிப் பாட்டி, டின்னவெல்லி குரூப் லீடர் சேஷிப் பாட்டி இவ்விருவரையும் பஞ்சு அறிமுகப்படுத்தினான்.

"ஹவ் டு யூ டு?" என்று மிஸஸ் ராக்ஃபெல்லர் அவர்களை விசாரித்தபோது பாட்டிமார்கள் ஒன்றும் புரியாமல் விழித்தார்கள்.

அப்போது பஞ்சு குறுக்கிட்டு, "ஓ! தே டு ஒண்டர்புல் அப்ளம்ஸ்!" என்று ஹாஸ்யமாகச் சொல்லவே எல்லோரும் சிரித்துவிட்டனர்.

பாட்டிமார்களில் பாதி பேர் சம்மர் ஹவுஸிலும் மற்ற பாதி பேர் டம்பர்ட்டன் ஓக்ஸிலும் இறக்கிவிடப்பட்டனர்.

"இவர்களுக்கெல்லாம் இப்போது என்ன ஆகாரம் கொடுப்பது? டீயும் பிஸ்கெட்டும் கொடுக்கச் சொல்லட்டுமா?" என்று கேட்டாள் மிஸஸ் ராக்ஃபெல்லர்.

"சிவ சிவா! இன்றைக்கு ஏகாதசி! இவர்கள் பச்சைத் தண்ணீர் கூடத் தொடமாட்டார்கள். க்ளீன் பட்டினிதான்!" என்றான் பஞ்சு.

ஏகாடஸிக்கு ஏன் பட்டினி இருக்கணும்?" என்று கேட்டாள் மிஸஸ் ராக்ஃபெல்லர்.

"அப்போதுதான் வைகுண்டம் போவார்களாம்!" என்றான் பஞ்சு.

"வைகவுண்ட்லே போகணுமா? எத்தனை வைகவுண்ட் வேணுமானாலும் நான் 'அரேஞ்ச்' பண்ணுவேனே!" என்றாள் மிஸஸ் ராக்ஃபெல்லர்.

"வைகவுண்ட் இல்லை. வைகுண்டம். அது மேலே இருக்கிறது" என்றான் பஞ்சு.

"வைகவுண்ட்கூட மேலேதான் போகும்" என்றாள் மிஸஸ் ராக்.

"சரி, அவங்க வந்த வேலை முடியட்டும். அப்புறம் வைகவுண்ட்டிலேயே ஏற்றி அனுப்பிவிடலாம்" என்றான் பஞ்சு.

"நாளைக்கேஅப்பளம்ஒர்க்ஸைபிகின்பண்ணிடலாமில்லையா?" என்று கேட்டாள் மிஸஸ் ராக்ஃபெல்லர்.

"நாளைக்கு எப்படி முடியும்? கிணறே வெட்டி ஆகவில்லையே?" என்று கூறினாள் தஞ்சாவூர் காவிரிப்பாட்டி.

"கிணறா? அப்படீன்னா?" என்றூ கேட்டாள் மிஸஸ் ராக்ஃபெல்லர்.

"வெல்..." என்றான் பஞ்சு.

"வெல் எதுக்கு?"

"உளுந்தை ஊறப் போடறதுக்கு வெல்வாட்டர்தான் வேணும். அதுமட்டுமில்லாமல் இவர்களெல்லாம் வெல் வாட்டர்லேதான் ஸ்நானம் செய்வார்கள்" என்றார் அம்மாஞ்சி.

"அப்படின்னா இம்மீடியட்டா பெரிய வெல்லாக ஒன்று வெட்டுவதற்கு ஏற்பாடு செய்துவிடலாமே!" என்றாள் மிஸஸ் ராக்ஃபெல்லர்.

"நாளைக்குக் காலையிலே பந்தல் போடறவங்களும் பத்துப் பாத்திரம் தேய்க்கிறவங்களும் வராங்க. பந்தல் போடுகிற ஆசாமிகளைவிட்டால் ஒரே நைட்ல கிணறு வெட்டி ராட்டினமும் போட்டுக் கொடுத்து விடுவார்கள்" என்றான் பஞ்சு.

மறுநாளே பந்தல்காரர்கள் வந்ததும் அவர்களைக்கொண்டு பெரிய கிணறு ஒன்றை வெட்டி, ராட்டினமும் போட்டுவிட்டான் பஞ்சு.

கிணறை வந்து பார்த்தாள் மிஸஸ் ராக்ஃபெல்லர்.

"இதுதான் வெல்" என்றான் பஞ்சு.

"வெரி குட் மிஸ்டர் பஞ்ச்! வெல் ரொம்ப நல்லாயிருக்குது" என்றாள் மிஸஸ் ராக்ஃபெல்லர்.

"கிணற்றில் தண்ணீர் எடுப்பதற்கு முன்னால் தேங்காய் உடைத்துக் கற்பூரம் கொளுத்த வேண்டும்" என்றாள் காவேரிப் பாட்டி.

"சரி, அம்மாஞ்சி வாத்தியாரைக் கூப்பிடு" என்றார் அய்யாசாமி. அம்மாஞ்சி வாத்தியார் வந்து தேங்காய் உடைத்தார். அதைக் கண்ட மிஸஸ் ராக்ஃபெல்லர் ஆச்சரியத்துடன் "தேங்காயைச் சம அளவில் வட்டமாக எப்படி உடைத்தார்?" என்று கேட்டாள்.

"தட் இஸ் தி இண்டியன் ஆர்ட்!" என்றான் பஞ்சு.

தேங்காய்க்குக் குடுமி வைத்திருப்பதைக் கண்டுவிட்டு 'டஃப்டட் கோகனட்!' என்று சொல்லிச் சிரித்தாள் மிஸஸ் ராக்.

"ஏண்டா பஞ்சு! அமெரிக்காவிலே தேங்காய்க்கெல்லாம் கிராப்பு வைப்பாளாமா?" என்று கேட்டாள் பாட்டி.

“சரி, பூஜையாகிவிட்டது. இனி தண்ணீர் எடுக்கலாம். தாம்புக் கயிறு இருக்கிறதா?” என்று கேட்டார் அய்யாசாமி.

“நாலு டஜன் தாம்புக் கயிறுகொண்டு வந்திருக்கிறேன். போதுமா?” என்றான் பஞ்சு.

அய்யாசாமி, குடத்தில் தாம்புக் கயிறைச் சுருக்கிட்டுத் தண்ணீர் சேந்தினார்.

ராட்டினம் ‘கிறீச் கிறீச்’ என்று சத்தமிட்டது.

மிஸஸ் ராக்ஃபெல்லருக்கு அந்தச் சத்தம் மிகவும் பிடித்திருந்தது.

“ஓ! வாட் எ மியூஸிகல் சவுண்ட்! இந்த சவுண்ட் எப்போதும் கேட்டுக்கொண்டே இருக்குமா?” என்று விசாரித்தார் மிஸஸ் ராக்.

ராட்டினத்துக்கு கிரீஸோ, எண்ணெயோ போடாமலிருந்தால் இந்த சவுண்ட் எப்போதும் வந்துகொண்டிருக்கும். அதுமட்டுமல்ல, இன்னும் பல தினுசான சவுண்டுகள்கூட வரும்!” என்றான் பஞ்சு.

“பஞ்ச்! அப்படின்னா இந்த ராட்டினத்துக்கு யாரும் எண்ணெய் போட்டுவிடாமல் உஷாராகப் பார்த்துக்கணும். இப்பவே இங்கே ரெண்டு வாட்ச்மேன் போட்டுவிடுங்க. யாராவது எண்ணெய் போட வந்தால் அதைத் தடுத்துடணும்” என்றாள்.

“சரி, மேடம்” என்றான் பஞ்சு.

“எனக்கு இந்த வெல்லிலேயிருந்து வாட்டர் புல் பண்ணிப் பார்க்கணும்போல ஆசையாயிருக்குது” என்று கூறித் தண்ணீர்க் குடத்தைத் தானே இழுத்துப் பார்த்தாள். புதுத் தாம்புக் கயிறு ஆனதால் அந்தச் சீமாட்டியின் கைகள் சிவந்து எரிச்சலெடுத்தன. உடனே கைகளுக்கு ‘க்ளவுஸ்’ போட்டுக்கொண்டு சேந்தினாள். குடம் தாறுமாறாக ஊசலாடி ‘நங்’கென்று சுவரில் மோதவே ஓட்டையாகித் தண்ணீரெல்லாம் கீழே போய்விட்டது. அதைக் கண்டு “வெரி ஸாரி பஞ்ச்! குடம் ‘பஞ்சர்’ ஆகிவிட்டது” என்று சொல்லி வருத்தப்பட்டாள்.

“பரவாயில்லை மேடம்! ‘வெல்டு’ பண்ணிவிடலாம்” என்றான் பஞ்சு.

ராட்டினத்திலிருந்து மியூசிகல் சவுண்ட் உண்டாகிறது என்னும் சேதியைக் கேள்வியுற்ற அமெரிக்க சங்கீத நிபுணர்களும்,

ஆராய்ச்சியாளர்களும்ஹாலிவுட் ஆர்க்கெஸ்ட்ராகோஷ்டியினரும் சம்மர் ஹவுஸ் தோட்டத்தை முற்றுகையிட்டனர்.

ராட்டினத்தில் உண்டான விதவிதமான ஒலிகளைக் கேட்டுப் பரவசமாகி, இத்தகைய இனிய சங்கீதத்தை எழுப்பும் அந்த அதிசய மியூசிகல் இன்ஸ்ட்ரூமென்ட்டை அக்கு வேறு ஆணி வேறாகப் பிரித்து ஆராய்ச்சி செய்து பார்த்தனர்.

இந்த வாத்தியத்தைக் கண்டுபிடித்த இந்திய நிபுணரைப் பேட்டி காணவும் அந்த மேதையின் அறிவுக் கூர்மையை அமெரிக்க நாட்டின் சங்கீத வளர்ச்சிக்குப் பயன்படுத்திக்கொள்ளவும் முடிவு செய்தனர்.

ஹாலிவுட் பட முதலாளிகள் அப்போது தாங்கள் எடுத்துக்கொண்டிருந்த சில படங்களில் இந்த அதிசய சங்கீதக் கருவியின் ஒலியைப் பின்னணியாக உபயோகிக்கத் தீர்மானித்தனர். ஆனால், இவ்வளவு பெரிய வாத்தியத்தைப் பெயர்த்து அப்பால் எடுத்துச் செல்ல முடியாது என்று அறிந்தபோது, அதே மாதிரி வாத்தியக் கருவி ஒன்றைத் தங்கள் ஸ்டூடியோவிலேயே சொந்தமாகச் செய்து வைத்துக்கொள்ள விரும்பினர். ஆனால் இன்னொரு வாத்தியம் செய்தால் அதிலிருந்து இதே மாதிரி 'சவுண்ட்' வரும் என்பது நிச்சயமில்லை என்று தோன்றவே, சம்மர் ஹவுஸ் ராட்டினத்தையே உபயோகித்து அதிலிருந்தே தேவையான ஒலிகளை ரிக்கார்ட் செய்துகொள்வதெனத் தீர்மானித்தனர்.

அப்பளம் இடுவதை வேடிக்கை பார்க்க மிக ஆவலாயிருந்தாள் மிஸஸ் ராக்ஃபெல்லர். பாட்டிமார்கள்கொண்டு வந்திருந்த வண்ணக் குழவிகளை வாங்கி அவற்றைத் தடவித் தடவிப் பார்த்துக்கொண்டே, "பெகூலியர் ஷேப்! நாள் ஒன்றுக்கு ஒரு பாட்டி எத்தனை அப்பளம் செய்வாள்?" என்று கேட்டாள்.

"நூறு, நூற்றைம்பது..." என்று பதில் கிடைத்தது.

"மோர் தென் ஏ செஞ்சுரி!" என்று வியந்தாள் மிஸஸ் ராக்ஃபெல்லர்.

"மூணு நாளில் சஹஸ்ரநாமம் கூடச் செய்து முடிக்கலாம். இதென்ன பிரமாதம்!" என்றார் அம்மாஞ்சி.

"என் ஃபிரண்ட்ஸ், ரிலேடிவ்ஸ் எல்லோரும் நாளைக்கு வர்றாங்க. அப்பளம் இடுவதைப் பார்க்க அவங்களெல்லாம் ரொம்ப ஆசையாயிருக்காங்க" என்றாள் மிஸஸ் ராக்ஃபெல்லர்.

மறுநாளே பாட்டிமார்கள் அப்பளம் இடத் தொடங்கி விட்டார்கள். அறுபத்து மூவர் உற்சவம், நேரு மீட்டிங், எலிசபெத் ராணி விஜயம், கிரிக்கெட் மாட்ச் இம்மாதிரி சமயங்களில்கூட காண முடியாத அத்தனை பெரிய கூட்டம் வாஷிங்டன் நேஷனல் ஆர்ட் காலரி வாசலில் கூடியிருந்தது! காரணம், அத்தனை பாட்டிமார்களும் இட்டுப் போடுகிற அப்பளங்கள் அந்த மாடிக்குத்தான் ஹெலிகாப்டர்கள் மூலம்கொண்டு வரப்பட்டன.

பத்திரிகைகளில் அப்பளத்தைப் பற்றிய வர்ணனைகளும், செய்திகளும் அடுத்தடுத்து வந்துகொண்டேயிருந்தன. ஒவ்வொரு முறையும் ஹெலிகாப்டரில் அப்பளங்கள் வருகிறபோது மக்கள் "தேர்! தேர் கம்ஸ் தி ஹெலிகாப்டர்" என்று கையைத் தட்டி ஆரவாரம் செய்தார்கள்.

ஆர்ட் காலரி வாசலில் ஒரு பெரிய போர்டு வைக்கப்பட்டிருந்தது.

நம் ஊர்களில் கிரிக்கெட் டெஸ்ட் நடந்துகொண்டிருக்கும்போது ஸ்கோர் போர்டில் ரன்களையும், ஓவர்களையும் போட்டுக்கொண்டிருப்பார்களல்லவா? அந்த மாதிரி, எத்தனை பாட்டிமார்கள் எத்தனை அப்பளம் இட்டார்கள்? எவ்வளவு பேர் செஞ்சுரி போட்டார்கள்? எந்த குரூப் எவ்வளவு அப்பளம் இட்டு முடித்தது போன்ற விவரங்களை போர்ட்டில் மணிக்கொரு முறை எழுதிக்கொண்டே இருந்தார்கள்!

முதல் நாளே அப்பள ஸ்கோர் பதினைந்தாயிரத்து முன்னூற்றைம்பதை எட்டிப் பிடித்துவிட்டபோது வாஷிங்டன் மக்கள் வானமே அதிர்ந்து போகிற மாதிரி கை தட்டி ஆரவாரம் செய்தனர்.

டாஞ்சூர் குரூப்தான் அதிக அப்பளம் இட்டு முடித்திருந்தார்களா தலால், 'டாஞ்சூர் குரூப் லீடிங்', 'பால்காட் செகண்ட்', 'டின்னவெல்லி லாஸ்ட்' என்று சொல்லிக் கூச்சலிட்டுக்கொண்டிருந்தார்கள்.

பால்காட் மே லீட் டுமாரோ" என்று பத்திரிகைகளில் வெளியான ஹேஷ்யங்களைப் பார்த்து விட்டு கூட்டத்தினர்

‘ஐ பெட்! பால்காட் இஸ் நாட் வின்னிங்!’ என்று தங்களுக்குள் பந்தயம் கட்டிக்கொண்டார்கள்.

“ஒரு அப்பளத்தைக்கூடக் கண்ணால் பார்க்க முடியவில்லையே!” என்று சிலர் வருத்தப்பட்டனர்.

அங்கே, சம்மர் ஹவுஸிலும், டம்பர்ட்டன் ஓக்ஸிலும் மும்முரமாக நடைபெற்றுக்கொண்டிருந்த அப்பளம் புரொடக்ஷனைப் பார்க்க மிஸஸ் ராக்ஃபெல்லர் உறவினர்களும், சிநேகிதர்களும் நூறு பேருக்கு மேல் கூடியிருந்தார்கள்.

பாட்டிமார்கள் வரிசை வரிசையாகவும், அர்த்த சந்திர வடிவத்திலும் உட்கார்ந்துகொண்டு அப்பளம் இடுகிற காட்சியைக் கண் கொட்டாமல் பார்த்து ரசித்துக்கொண்டிருந்தனர். சில பாட்டிமார்கள் ஒரு பக்கம் உரல்களை வரிசையாக வைத்து அப்பள மாவு இடித்துக்கொண்டிருந்தனர்.

“உலக்கையின் நுனியில் ஏன் இரும்புப் பூண் போடப்பட்டிருக்கிறது?” என்று கேட்டாள் அமெரிக்க மாது ஒருத்தி.

“இல்லாவிட்டால் உலக்கையின் நுனியில் கொழுந்துவிட்டுத் துளிர்த்துவிடும். அதற்காகத்தான் பூண் போட்டு வைத்திருக்கிறார்கள்” என்று அம்மாஞ்சி ஒரு போடு போட்டார்.

அப்பள உருண்டைகளைத் தொட்டுப் பார்த்து விட்டு ‘வெரி ஸாப்ட் பால்ஸ்’ என்று கூறி வியந்தனர் சில அமெரிக்க மாதர்கள்.

மிஸஸ் ராக்ஃபெல்லர் உறவுக்காரப் பெண் ஒருத்தி அப்பள உருண்டையைக் கையில் எடுத்துப் பார்த்தபோது அது அவள் கையோடு ஒட்டிக்கொண்டுவிட்டது. உடனே அவள் அதை இன்னொரு கையால் இழுத்தாள். அது இன்னொரு கையிலும் ஒட்டிக்கொண்டு ரப்பர்போல் நீண்டது. மேலும் இழுத்தால் அறுந்துபோகும் என பயந்து அவள் தன் இரண்டு கைகளையும் வெகு நேரம் அப்படியே வைத்துக்கொண்டிருந்தாள்!

சிலர் அப்பள மாவை வாயில் போட்டுச் சுவைத்தபோது பற்களோடு ஒட்டிக்கொள்ளவே, ‘இண்டியன் சுவிங்கம்’ என்று வர்ணித்தார்கள்.

அமெரிக்க விஞ்ஞானிகள் அப்பள உருண்டைகளைக் கண்ணாடி டியூப்களில் போட்டு விஞ்ஞான ரீதியாக ஆராய்ச்சி நடத்திப் பார்த்துவிட்டு, 'இதைப்போன்ற அதிசயப் பொருள் உலகத்தில் வேறு கிடையாது' என்ற கருத்தைத் தெரிவித்தனர்.

அமெரிக்க தொழிலதிபர்கள் பலர் கோடிக்கணக்கில் அப்பளங்கள் புரொட்யூஸ் செய்து ரஷ்யாவைத் திகைக்க வைக்க வேண்டும் என எண்ணினார்கள். ஒரு பாட்டி அம்மாளை அழைத்து உளுந்து ஊறப் போடுவது முதல் எல்லா விஷயங்களையும் விளக்கமாகக் கேட்டுத் தெரிந்துகொண்டனர்.

"எல்லாம் சரிதான்; அப்பளங்களை எப்படி வட்டமாகச் செய்கிறீர்கள்?" என்று கேட்டார் ஒருவர்.

"உங்களிடம் 'காம்பஸ்'கூட இல்லையே! பென்சிலால் வட்டமாகக் கோடு போட்டுக்கொண்டு கத்தரியால் வெட்டி எடுப்பீர்களா? அப்படியானால் மிச்சம் விழும் கட்பீஸுகளை என்ன செய்வீர்கள்?" என்று கேட்டார் இன்னொருவர்.

பாட்டியம்மாள் சிரித்துக்கொண்டே, "இது ரொம்ப ஈஸி, இதோ பாருங்கள்" என்று சொல்லி வட்ட வடிவமான அப்பளம் ஒன்றை இட்டுக் காட்டினாள். அதைக் கண்ட விஞ்ஞானிகள் வியந்து போனார்கள்!

கடைசியில், அவர்கள் அப்பள ஷீட்டுகள் தயாரிக்கும் இயந்திரங்களைக் கண்டுபிடிப்பது சாத்தியமென்றும், ஆனால் அந்த ஷீட்டுகளை வட்டமாகக் கத்தரித்து எடுப்பதற்கு தனியாக வேறு இயந்திரத்தைத்தான் உபயோகிக்க வேண்டுமென்றும் கூறினர்.

அப்படியானால், அந்த மெஷின்களை உடனே தயார் செய்யுங்கள்" என்றனர் தொழிலதிபர்கள்.

செய்யலாம்; ஆனால் அதில் ஒரு இடையூறு இருக்கிறது" என்றனர் விஞ்ஞானிகள்.

"அதென்ன இடையூறு?"

"அப்பள ஷீட்டுகளில் சீரகங்களை எப்படிப் பதிப்பது என்பதுதான் விளங்கவில்லை. எப்படியும் 1968-க்குள் சீரகங்கள்

பதித்த அப்பள ஷீட்டுகள் தயாரிப்பது சாத்தியமாகலாம் என்று எண்ணுகிறோம்" என்றனர்.

"அதற்குள் ரஷ்யர்கள் முந்திக்கொள்ளாமல் இருக்க வேண்டுமே!" என்று கவலைப்பட்டனர் அமெரிக்கத் தொழிலதிபர்கள்.

மூன்றாவது நாள் மாலை அப்பளங்களின் எண்ணிக்கை ஐம்பதாயிரத்தைத் தாண்டிவிட்டது. ஆர்ட் காலரி வாசலில் கூட்டமும் மூன்று மடங்காகப் பெருகி வழிந்தது. திடீரென அன்று மாலை பலத்த காற்று வீசத் தொடங்கவே, மாடி மீது உலர்த்தப்பட்டிருந்த அப்பளங்களில் பாதிக்கு மேல் ஆகாசத்தில் பறக்கத் தொடங்கிவிட்டன. வட்டம் வட்டமாக வானத்தில் பறக்கும் அப்பளங்களைக் கண்ட வாஷிங்டன் மக்கள் அதிசயத்தில் ஆழ்ந்து 'ஃபிளையிங் ஸாஸர்' 'ஃபிளையிங் ஸாஸர்' என்று கத்தியபடி ஆகாசத்தையே அண்ணாந்து பார்த்துக்கொண்டிருந்தனர். ஸ்ட்ரீட்டுகளும், அவென்யூக்களும், அல்லோலகல்லோலப்பட்டன. சிலர் துப்பாக்கியால் அந்தப் பறக்கும் தட்டுகளைக் குறி பார்த்துச் சுட்டனர். சிலர் பறக்கும் அப்பளங்களைப் பிடிக்க அவற்றைத் துரத்திக்கொண்டு ஓடினர். பறக்கும் அப்பளங்களைப் பற்றிப் பத்திரிகைகளில் பத்தி பத்தியாக வர்ணித்துச் செய்திகள் பிரசுரிக்கப்பட்டன. சில அப்பளங்கள் நம் ஊர் காற்றாடிகளைப்போல் மரங்களின் மீதும், கட்டிடங்களின் மீதும், சிலைகளின் மீதும் தொத்திக்கொண்டன. இன்னும் சில பொடோமாக் நதியில் விழுந்து வெள்ளத்தில் மிதந்து சென்றன.

பறந்து சென்ற அப்பளங்களில் ஒன்று வெனிசூலா சுதந்திர வீரன் கையிலிருந்த கூரிய வாள் முனையில் சிக்கிக்கொண்டது. அந்தச் சிலைக்கு உயிர் இருந்தால் தன்னிடம் ஓர் அப்பளம் சிக்கியது பற்றி ரொம்ப ரொம்ப மகிழ்ச்சி அடைந்திருக்கும்!

அப்பள நஷ்டத்தைக் குறித்து மிஸஸ் ராக்ஃபெல்லர் அடைந்த வருத்தத்துக்கு அளவேயில்லை. அப்பளம் 'லாஸ்' ஆனது பற்றி அந்தச் சீமாட்டிக்கு உலகத்தின் பல மூலைகளிலிருந்தும் அனுதாபத் தந்திகள் வந்து குவிந்துகொண்டிருந்தன.

"நீங்க கவலைப்படாதீங்க...! இரண்டு நாளில் முப்பதாயிரம் இட்டு முடித்துவிடலாம்!" என்று ஆறுதல் கூறினாள் மிஸஸ் மூர்த்தி. வெங்கிட்டுக்கு மட்டும் இதெல்லாம் ஒரே தமாஷாயிருந்தது. அவன்

தன் பாட்டியிடம் ஓடிப் போய், "பாட்டி! அப்பளத்தையெல்லாம் சுட்டுவிட்டார்களாம்" என்றான்.

"அட பாவமே! சுடுவானேன்? என்னிடம் சொல்லியிருந்தால் எண்ணெயில் பொரித்துக்கொடுத்திருப்பேனே! சுட்ட அப்பளம் நன்றாயிருக்காதேடா?" என்றாள் அந்தப் பாட்டி.

சம்மர்ஹவுஸ்வாசலிலும்டம்பர்ட்டன்ஓக்ஸ்வாசலிலும்அப்பளப் பாட்டிகளின் வருகையை எதிர்பார்த்துப் பத்திரிகை நிருபர்கள், புகைப்பட நிபுணர்கள், கையெழுத்து வேட்டைக்காரர்கள், பொதுமக்கள் எல்லோரும் காத்துக்கொண்டிருந்தனர்.

இரண்டு செஞ்சுரி போட்ட எச்சுமிப் பாட்டிதான் முதல் முதல் கையில் அப்பளக் குழவியுடன் வெளியே வந்தாள். பத்திரிகை நிருபர்கள் அந்தப் பாட்டியைச் சூழ்ந்துகொண்டு கேள்வி கேட்கத் தொடங்கிவிட்டார்கள். அவர்களுக்கெல்லாம் பாட்டியின் சார்பில் பஞ்சுதான் பதில் கூறினான்.

ஆர் யூ தி கேப்டன் ஆப் டாஞ்சூர் டீம்?" என்று கேட்டார் ஒரு நிருபர்.

"நோ ஷீ இஸ் ப்ரம் டின்னவெல்லி!" என்றான் பஞ்சு.

சிலர் எச்சுமிப் பாட்டியிடம் 'ஆட்டோகிராஃப்' கேட்டனர்.

"ஆட்டோகிராஃபாவது? ஆட்டோ ரிக்ஷாவாவது? அதெல்லாம் எனக்கொன்றும் தெரியாது" என்று கூறிவிட்டு வேகமாகப் போய்விட்டாள் அந்தப் பாட்டி.

அந்தச் சமயம் அந்தப் பக்கமாக வந்த மிஸஸ் ராக்ஃபெல்லர், "பாட்டீஸைத் தொந்தரவு செய்யாதீங்க. அவங்க ரெஸ்ட் எடுத்துக்கட்டும்..." என்று கூறிக் கூட்டத்தினரைப் போகச் சொன்னாள்.

6

மெயில் வரப்போகிற நேரத்தில் ஐங்ஷனில் ஒருவித பரபரப்பு உண்டாகுமே, அத்தகைய சூழ்நிலை சம்மர் ஹவுஸுக்குள் நிலவியது.

பாட்டிகள் எல்லோருமாகச் சேர்ந்து லட்சம் அப்பளங்கள் இட்டு முடித்துவிட்டு, கை முறுக்கு, பருப்புத் தேங்காய், தேங்குழல் முதலிய பட்சணங்கள் செய்வதில் மும்முரமாக ஈடுபட்டிருந்தனர்.

மிஸஸ் ராக்ஃபெல்லர், நின்ற இடத்தில் நிற்காமல் 'ஆச்சா, போச்சா?' என்று பம்பரமாகச் சுற்றிச் சுழன்றுகொண்டிருந்தாள்.

அய்யாசாமி அய்யர், அம்மாஞ்சி வாத்தியார், சாம்பசிவ சாஸ்திரிகள், மாமா, மூர்த்தி அனைவரும் காலையிலேயே கிணற்றடியில் ஸ்நானத்தை முடித்துவிட்டு அன்றைய ஜோலிக்குத் தயாராகிக்கொண்டிருந்தனர்.

பதினைந்து ஏக்கர் விஸ்தீரணமுள்ள சம்மர் ஹவுஸ் காம்பவுண்டுக்குள் பந்தல் போடுவதற்கான ஏற்பாடுகளில் தீவிரமாக முனைந்திருந்தான் பஞ்சு.

இஞ்ச் டேப்பும் கையுமாக தோட்டம் முழுவதும் குறுக்கும் நெடுக்கும் அலைந்து, எங்கெங்கே கால்கள் ஊன்ற வேண்டும்

என்பதற்கு அடையாளமாகச் சுண்ணாம்பினால் வெள்ளைக் கோடுகள் போட்டுக்கொண்டிருந்தான். வேலையாட்கள், கையில் கடப்பாரை சகிதம் பஞ்சுவின் பின்னோடு ஓடிக்கொண்டிருந்தனர்.

'கிச்ச'னுக்குள்ளிருந்து வந்த கம்மென்ற வாசனை உள்ளே ரவா உப்புமா தயாராகிக்கொண்டிருக்கிறது என்பதை அறிவித்துக்கொண்டிருந்தது.

"மொத்தமாக ரவா உப்புமா கிண்டுகிறபோது வருகிற வாசனையே அலாதிதான்" என்று மூக்கை உறிஞ்சி இழுத்தார் அம்மாஞ்சி.

"கறிவேப்பிலை, இஞ்சி, எலுமிச்சம் பழம், பச்சை மிளகாய், முந்திரி பருப்பு இந்த ஐந்தும் சேருகிறபோது, அடடா!..." என்று நாக்கில் தண்ணீர் சொட்டக் கூறினார் சாம்பசிவ சாஸ்திரிகள்.

"பச்சைப் பசேல்னு வாழை இலையைப் போட்டு, அதன் மேலே புகையப் புகைய நெய்யுடன் மினுமினுக்கும் உப்புமாவை வைக்கிறபோது, அதில் கொட்டக் கொட்ட விழித்துக்கொண்டிருக்கும் முந்திரியை விரலால் தள்ளிச் சாப்பிட்டால் அந்த ருசியே விசேஷம்தான்!" என்றார் அம்மாஞ்சி.

"வாஷிங்டன் நகரத்திலே வாழை இலை போட்டு சாப்பிடறது அதைவிட விசேஷம்!" என்றார் சாம்பசிவ சாஸ்திரிகள்.

"எல்லோரையும் டிபனுக்கு வரச் சொல்றா ராக்ஃபெல்லர் மாமி!" என்று அழைத்தாள் மிஸஸ் மூர்த்தி.

"இதோ ரெடியாகக் காத்துண்டு இருக்கோம்" என்று சொல்லியபடியே உள்ளே நுழைந்தனர் எல்லோரும்.

"பஞ்ச் வரவில்லையா? இப்ப என்ன டயம் ஆச்சு?" என்று கேட்டாள் மிஸஸ் ராக்ஃபெல்லர்.

"ஸெவனே கால்" என்றார் அம்மாஞ்சி.

"எட்டு மணிக்கு நியூயார்க்கிலிருந்து என் ஹஸ்பெண்ட் வருகிறார். அவர் பத்து மணிக்கெல்லாம் மறுபடியும் திரும்பிப் போய்விடுவார். அதனாலே அவர் இங்கே இருக்கிறபோதே மேரேஜுக்கு டேட் பிக்ஸ் பண்ணிடலாம்னு நினைக்கிறேன்...

நீங்க என்ன சொல்றீங்க, அய்யாஸாம்?" என்று கேட்டாள் மிஸஸ் ராக்ஃபெல்லர்.

பிள்ளையின் ஃபாதரும் மதரும் வரவில்லையே என்று பார்க்கிறேன்" என்றார் அய்யாசாமி.

"அவர்கள் எல்லோரும் இப்போ எட்டரை மணி ப்ளேன்லே வந்துவிடுவார்கள்..." என்று சொல்லிக்கொண்டே வந்தான் பஞ்சு.

"இன்னும் வேறு யாரெல்லாம் வராங்க பஞ்ச்?" என்று கேட்டாள் மிஸஸ் ராக்ஃபெல்லர்.

"பத்துப்பாத்திரம்தேய்ப்பவர்களும்,சந்தனம்அரைக்கிறவர்களும் வருகிறார்கள். வாழை இலைக் கட்டு, மாவிலைக் கொத்து, பரங்கிக்காய், பூசணிக்காய், கத்தரிக்காய், தேங்காய், வெற்றிலை, புஷ்பம் இவ்வளவும் இன்னொரு ப்ளேன்லே வருகின்றன."

"பத்துப் பாத்திரம் தேய்க்கிறவங்கன்னா அது யாரு?" என்று கேட்டாள் மிஸஸ் ராக்ஃபெல்லர்.

"டென் வெஸல்ஸ் தேய்க்கிறவா" என்று மொழிபெயர்த்துக் கூறினார் அம்மாஞ்சி.

"டென் வெஸல்ஸ் தானா? ட்வெண்டி, ஹண்ட்ரட் வெஸல்ஸ் வேணுமானாலும் தேய்க்கட்டுமே!" என்று கூறினாள் மிஸஸ் ராக்ஃபெல்லர்.

பத்துப் பாத்திரம் என்றால் என்னவென்பதை மிஸஸ் மூர்த்தி விளக்கிச் சொன்ன பிறகு, "ஓ, ஐ ஸீ!" என்று சீமாட்டி ராக்ஃபெல்லர் சிரித்துக்கொண்டாள்.

"பஞ்ச்! பாத்திரம் தேய்க்கிறவங்களை நானே நேரில் போய் ரிஸீவ் செய்யணுமா? எத்தனை மணிக்கு ப்ளேன்?" என்று கேட்டாள் மிஸஸ் ராக்ஃபெல்லர்.

"வேண்டாம் மேடம்! நாங்கள் இருவரும் போனாலே போதும்" என்று கூறிய பஞ்சு, லல்லியை கடைக்கண்ணால் கவனித்தான்.

"கோல்ட்ஸ்மித்தெல்லாம் எப்ப வரப்போறாங்க? அவங்க செய்யப் போகிற ஜ்வெல்ஸெல்லாம் பார்க்கணும்போல

ஆசையாயிருக்கு. கழுத்திலே ஒட்டியாண்... காதிலே புல்லக்... அப்புறம் வாட் மிஸ்டர் பஞ்ச்?" என்று கேட்டாள் மிஸஸ் ராக்ஃபெல்லர்.

"புல்லக் இல்லை மேடம்! புல்லாக்கு! அதைக் காதிலே மாட்டிக்க மாட்டாங்க. மூக்கிலே போட்டுக்குவாங்க. இடுப்பிலே ஒட்டியாணம்!" என்று சிரித்துக்கொண்டே கூறினான் பஞ்சு.

"ஐ ஸி! ஹியர் ஒட்டியாண்! ஹியர் புல்லாக்!... ஹியர் டாலி..." என்று அபிநயம் பிடித்துக் காட்டினாள் மிஸஸ் ராக்ஃபெல்லர்.

"இதெல்லாம் போட்டுக்கொள்ளணும்னா, இண்டியன் ஸ்டைலில் ஸாரியும் கட்டிக்கொள்ளணுமே!" என்றாள் மிஸஸ் மூர்த்தி.

"ஸாரி கூடத்தான் கட்டிக்கொள்ளப் போகிறேன் பஞ்ச்! நீ நாளைக்கே மெட்ராஸுக்குப் போய் கோல்ட்ஸ்மித்ஸை அனுப்பி வை. இண்டியாவிலிருந்து எத்தனை கோல்ட்ஸ்மித் வேணுமானாலும் வருவாங்களா?"

"ஓ! இப்ப எத்தனை கோல்ட்ஸ்மித் வேணும்னாலும் கிடைப்பாங்க" என்றான் பஞ்சு.

"நான் கூடத் தோடும் பேசரியும் போட்டுக்கொள்ளப் போகிறேன்" என்றாள் லோரிட்டா.

"தோடும் பேசரியும் போட்டுக்கொள்ளணும்னா காது மூக்கு குத்தாமல் எப்படி முடியும்? இந்த வயசிலே காதைக் குத்தினால் வலிக்குமே" என்றாள் லோசனா.

"பரவாயில்லை, குளோரோஃபார்ம் குடுத்துக் குத்திடலாம். லோரிட்டா ஆசைப்பட்டதைச் செய்திடுவோம். அப்புறம் வேறே என்ன நகை வேணும் லோரிட்டா?" என்று கேட்டாள் மிஸஸ் ராக்பெல்லர்.

"டாலி!" என்றாள் லோரிட்டா.

"தாலியா? அப்படின்னா நீகூட மேரேஜ் செய்துக்கப் போறியா?" என்று விட்டுச் சிரித்தாள் மிஸஸ் மூர்த்தி.

"நோ நோ! டாலிதான் ரொம்ப ஜாலியா இருக்குது. அதை நான் சும்மாவே கட்டிக்கப் போகிறேன்" என்று கூறினாள் லோரிட்டா.

“அசடாயிருக்கேஇந்தப்பொண்ணு!தாலிகட்டிக்கப்போறதாமே!” என்று கேலி செய்தார் அம்மாஞ்சி.

“தாலி வேணாக் கட்டிக்கொள்ளட்டும்... தங்கத்தாலே அம்மிக் கல்லு வேணாலும் செய்து கட்டிக்கொள்ளட்டுமே! உமக்கெதுக்கய்யா இந்த வம்பெல்லாம்?” என்றார் சாஸ்திரிகள்.

“இலை போட்டாச்சு, எல்லோரும் டிபன் சாப்பிட வாருங்கள்...” என்று அழைத்தார் மாமா.

மிஸஸ் ராக்ஃபெல்லர், கேதரின், லோரிட்டா, மிஸஸ் மூர்த்தி, லல்லி, அமெரிக்க பெண்டுகள் எல்லோரும் ஒரு வரிசையில் உட்கார்ந்து கொண்டனர். அய்யாசாமி, மாமா, அத்தை, பனாரஸ் பாட்டி முதலானோர் இன்னொரு வரிசையில் உட்கார்ந்துகொண்டனர்.

அம்மாஞ்சி வாத்தியாரும், சாஸ்திரிகளும் சந்தடி செய்யாமல் சமையல்கட்டுப் பக்கம் போய் ஆசாரமாக உட்கார்ந்து கொண்டார்கள்.

அப்பளப் பாட்டிமார்களுக்குத் தனி பந்தி போடப்பட்டிருந்தது.

“முகூர்த்தமே வந்தாகவில்லை. இதற்குள் வேளைக்கு ஐந்நூறு இலை விழுகிறது. இப்பவே இப்படின்னா கல்யாணத்தின்போது கூட்டம் எப்படி இருக்கப் போகிறதோ!” என்று கவலைப்பட்டார் சாஸ்திரிகள்.

கோடீசுவரப் பிரபு ராக்ஃபெல்லர் இருக்கார், செலவழிக்கிறார். உமக்கென்ன கவலை?” என்றார் அம்மாஞ்சி.

“இந்த மாதிரி நாலு கல்யாணம் செய்தால் கோடீசுவரப் பிரபுவாயிருந்தாலும் இன்ஸால்வென்ஸி கொடுக்க வேண்டியதுதான். எல்லாவற்றுக்கும் செலவழிப்பா. கடைசியிலே வைதிகாளிடம் வர்றபோது கை இழுத்துக்கொள்ளும்” என்றார் சாஸ்திரிகள்.

“அதெல்லாம் இல்லை. ஆயிரம் வைதிகாள் வந்தாலும் அத்தனை பேருக்கும் ஆளுக்கு ஐந்நூறு டாலர் கொடுக்கப் போறாளாம்” என்றார் அம்மாஞ்சி.

“இன்னும் கொஞ்சம் ரவா புட்டிங் போடு” என்று உப்புமாவை ரொம்பவும் ருசித்துச் சாப்பிட்டாள் மிஸஸ் ராக்ஃபெல்லர். அதிலுள்ள கறிவேப்பிலை, இஞ்சி, பச்சை மிளகாய் இவற்றையும் உப்புமாவுடன் சேர்த்துச் சாப்பிட வேண்டும் போலிருக்கிறது என்று எண்ணி அவற்றையும் சேர்த்து விழுங்கிக்கொண்டிருந்தாள்!

“ரவா புட்டிங் எப்படி இருக்கிறது?” என்று மிஸஸ் ராக்ஃபெல்லரிடம் கேட்டான் பஞ்சு.

“ஹா... ஹா!...” என்றாள் மிஸஸ் ராக்ஃபெல்லர்.

அந்தச் சீமாட்டி ‘ஹா ஹா!’ என்று கூறியதை ‘நன்றாயிருக்கிறது’ என்று சொல்லுவதாக எண்ணிக்கொண்ட அம்மாஞ்சி, “ராக்ஃபெல்லர் மாமிக்கு இன்னும் கொஞ்சம் ரவா புட்டிங் போடுங்கள்” என்றார்.

“ஹா ஹா... ஹாட்! வெரி வெரி ஹாட்! ரொம்பக் காரம்!” என்று கத்தினாள் மிஸஸ் ராக்ஃபெல்லர்.

“அடடே! க்ரீன் மிளகாயையும் சேர்த்துச் சாப்பிட்டுவிட்டா போலிருக்கு. அதான் ‘ஹா ஹா’ என்று அலறுகிறார். ஐஸ் வாட்டர் கொண்டாங்க” என்றார் அம்மாஞ்சி.

சரியாக ஒன்பது மணிக்கு ராக்ஃபெல்லர் வந்து சேர்ந்தார். பிள்ளையின் தகப்பனார் தாயார் அவர்களைச் சேர்ந்த வாத்தியார் முதலியவர்களும் குறித்த நேரத்தில் வந்துவிட்டனர். மிஸஸ் ராக்ஃபெல்லர், “திஸ் இஸ் மிஸ்டர் அய்யாஸாம்! ‘ப்ரைட்’ஸ் ஃபாதர், திஸ் இஸ் மிஸ்டர் கோபாலய்யர்! ‘பிரைட் குரூம்’ஸ் ஃபாதர்” என்று ஒவ்வொருவராகத் தன் ஹஸ்பெண்டுக்கு அறிமுகப்படுத்தினாள்.

மிஸ்டர் ராக்ஃபெல்லர் சிரித்த முகத்துடன் அவர்கள் எல்லோரையும் “ஹவ் டூயு டூ, ஹவ் டூயு டூ” என்று குசலம் விசாரித்தபடியே கைகுலுக்கி மகிழ்ந்தார்.

“மணப்பெண்ணும் மாப்பிள்ளையும் எப்போது வருகிறார்கள்?” என்று அவர் விசாரித்தபோது, “முகூர்த்தம் வைத்ததும் வந்துவிடுவார்கள்” என்றார் மூர்த்தி.

“முகூரட் என்றால்?” என்று கேட்டார் ராக்ஃபெல்லர்.

“முகூரட் என்றால் மேரேஜ் நடக்கிற டைம்” என்று தன் ஹஸ்பெண்டுக்கு விளக்கிச் சொன்னாள் மிஸஸ் ராக்ஃபெல்லர்.

“ஐ ஸீ! முகூரட்டுக்கு ‘டேட்’ ஃபிக்ஸ் பண்ணிவிடலாமே!” என்றார் ராக்ஃபெல்லர்.

“அதற்குத்தான் அரேஞ்ச்மெண்ட் நடந்துகொண்டிருக்கிறது. இன்னும் டென் மினிட்ஸிலே ரெடியாகிவிடும். அதற்குள் உக்கிராண அறையைப் பார்த்துவிட்டு வரலாம், வாங்க. இப்பத்தான் இண்டியாவிலிருந்து ஃபிளவர்ஸ், வெஜிடபிள்ஸ் எல்லாம் வந்திருக்குது” என்று அழைத்தாள் மிஸஸ் ராக்ஃபெல்லர்.

உக்கிராண அறையில் மலைபோல் குவிக்கப்பட்டிருந்த பூசணிக்காய்களையும், புடலங்காய்களையும் கண்ட ராக்ஃபெல்லர், “பூசணிக்காயும், புடலங்காயும் மட்டும் ரொம்ப ஆர்த்தடாக்ஸ் போலிருக்குது. தே லுக் லைக் இண்டியன் சாதூஸ் வித் ஹோலி ஆஷ்!” என்றார்.

அவற்றின் நேச்சரே அப்படித்தான்” என்றான் பஞ்சு.

ஒரு பூசணிக்காயைக் கையினால் தூக்கிப் பார்த்தார் ராக்ஃபெல்லர். அதன் காம்பு பிடித்துத் தூக்குவதற்கு வசதியாக இல்லாமல் போகவே கீழே நழுவி விழுந்துவிட்டது. அவ்வளவுதான்! உடனே அத்தனை பூசணிக்காய்களுக்கும் பிளாஸ்டிக்கில் கைப்பிடி ஃபிக்ஸ் செய்துவிடும்படி உத்தரவு போட்டுவிட்டார் அவர்.

டிராயிங் ஹாலில் பெரிய பெரிய கார்ப்பெட்டுகளை விரித்து, தாம்பூலம், சந்தனம், மஞ்சள், குங்குமம் எல்லாவற்றையும் எடுத்து வைப்பதில் கவனம் செலுத்திக்கொண்டிருந்தனர் பஞ்சுவும், லல்லியும்.

“எல்லோரும் ஹாலுக்கு வரலாம்” என்று அழைத்தார் அம்மாஞ்சி.

“இவர்தான் அம்மாஞ்சி! வெரி ஹ்யூமரஸ் ஸயன்டிஸ்ட்” என்றாள் மிஸஸ் ராக்.

அப்பளங்கள் ஆகாசத்தில் பறந்த செய்தியைப்பற்றி விசாரித்தார் ராக்ஃபெல்லர். “அது உங்களுக்கு எப்படித் தெரியும்? நியூஸ் பேப்பரில் படித்தீர்களா?” என்று வியப்புடன் கேட்டுக்கொண்டே

உள்ளே சென்று அப்பளம் ஒன்றைக்கொண்டுவந்து கணவனிடம் காட்டினாள் மிஸஸ் ராக்ஃபெல்லர்.

ராக்ஃபெல்லர் அதைக் கையில் வாங்கிப் பார்த்துவிட்டு, "வெரி லைட் திங்! இதனால்தான் பறந்துவிட்டிருக்கிறது!" என்றார்.

"இருபதாயிரம் அப்பளங்கள் பறந்துபோய்விட்டன. அப்புறம் பேப்பர் வெயிட்டுகள் வரவழைத்து ஒவ்வொரு அப்பளத்தின் மீதும் ஒவ்வொன்றை வைத்துவிட்டோம்" என்றாள் மிஸஸ் ராக்ஃபெல்லர்.

ராக்ஃபெல்லர் தம்பதியர் உட்காருவதற்கு சோபாகொண்டுவந்து போடச் சொன்னான் பஞ்சு.

"வேண்டாம்! நாங்கள் தரையிலேயே உட்காருகிறோம்" என்று கார்ப்பெட் மீது உட்கார்ந்துகொண்டார் ராக்ஃபெல்லர்.

"கோடீசுவரப் பிரபு! கிஞ்சித் கர்வம் உண்டா?" என்று கூறி மகிழ்ந்தார் அம்மாஞ்சி.

பிள்ளை வீட்டு வாத்தியார் அப்பு சாஸ்திரிகள் முதலில் மஞ்சளில் பிள்ளையார் பிடித்து பூஜை செய்தார். பிறகு பஞ்சாங்கத்தைப் புரட்டி ஏப்ரல் மாதத்திலுள்ள முகூர்த்த நாட்களையெல்லாம் வரிசையாகச் சொல்லிக்கொண்டு வந்தார்.

"ஏப்ரல் 29-ஆம் தேதி திங்கள்கிழமை ரொம்ப சிலாக்கியமான முகூர்த்தம்" என்றார் அம்மாஞ்சி.

"அப்படியானால் அன்றைக்கே வைத்துக்கொண்டு விடலாமே!" என்றார் பிள்ளைக்குத் தகப்பனார்.

"எதற்கும் பெண்டுகளையும் ஒரு வார்த்தை கேட்டுவிடுங்கள். அவா சௌகரியம் எப்படியோ?" என்றார் அம்மாஞ்சி ஓர் அசட்டுச் சிரிப்புடன்.

பெண்ணுக்கு அம்மா, பிள்ளைக்குத் தாயார் இருவரும் தனியாகப் போய் ஏதோ பேசிவிட்டுத் திரும்பி வந்து "ஏப்ரல் 29-ஆம் தேதியே இருக்கட்டும். அன்றைக்கு சௌகரியம்தான்" என்றனர்.

உ

ஸ்ரீ ராமஜெயம்

விவாஹ சுப முகூர்த்தப் பத்திரிகை

நிகழும் சோபகிருது வருஷம், சித்திரை மாதம் 16–ந் தேதி
(29–4–1963) சோம வாரம் புனர்வஸு நட்சத்திரம் கூடிய
சுப தினத்தில் உதயாதி நாழிகை 7 1/2க்கு மேல்
12 1/2க்குள் (9.A.M. to 11 A.M.) மிதுன லக்னத்தில்,

எனது குமாரத்தி சௌபாக்கியவதிருக்கு
என்னும் ருக்மிணியை

லால்குடி மிராசுதார்
கோபாலய்யர் குமாரன்
சிரஞ்சீவி ராஜா என்னும் ராஜகோபாலனுக்கு

கன்னிகாதானம் செய்துகொடுப்பதாய், பெரியோர்களால் நிச்சயிக்கப்பட்டு மேற்படி சுப முகூர்த்தம் **வாஷிங்டன், ஜார்ஜ் டவுன் ஆர். ஸ்டிரீட் 3238–ம் நம்பர் 'ஸம்மர் ஹவுஸ்' என்ற இல்லத்தில்** நடக்கிறபடியால், தாங்கள் இஷ்டமித்ர பந்துக்களுடன் நாலு நாள் முன்னதாகவே வந்திருந்து முகூர்த்தத்தை நடத்தி வைத்து தம்பதிகளை ஆசீர்வதிக்க வேணுமாய்க் கோருகிறேன்.

இப்படிக்கு
7–4–63
தங்கள் விதேயன்
அறந்தாங்கி S. அய்யாசாமி
ஸம்மர் ஹவுஸ்
வாஷிங்டன்

தங்கள் வரவை ஆவலுடன் எதிர்பார்க்கும்:
ராக்ஃபெல்லர், மிஸஸ் ராக்ஃபெல்லர், ஹாரிஹாப்ஸ், கேதரின்,
லோரிட்டா, மூர்த்தி, மிஸஸ் மூர்த்தி, பஞ்சு, லல்லி.

"எதுக்கு நீங்க ரெண்டு பேர் மட்டும் தனியாகப் போய் ஏதோ ஸீக்ரெட்டாகப் பேசிட்டு வறீங்க?" என்று கேட்டார் மிஸஸ் ராக். மூர்த்தியின் மனைவி லோசனா, மிஸஸ் ராக்கை உள்ளே அழைத்துச் சென்று அந்தச் சீமாட்டியின் காதோடு ஏதோ ரகசியமாகக் கூறினாள். விஷயத்தைப் புரிந்துகொண்ட மிஸஸ் ராக்ஃபெல்லர் சிரித்துக்கொண்டே லோசனாவுடன் வெளியே வந்தாள்!

"அப்பு சாஸ்திரிகளே! நீங்களே உங்கள் கையாலே மஞ்சளைத் தடவி முகூர்த்தப் பத்திரிகையை எழுதி விடுங்கள். காட்டன் ஸார்! (பஞ்சுவுக்கு ஆங்கிலப் பெயர்) நீங்க எல்லோருக்கும் சந்தனம், தாம்பூலம் கொடுக்கலாம்" என்றார் அம்மாஞ்சி.

முதலில் ராக்ஃபெல்லர் பிரபுவுக்குச் சந்தனம் கொடுத்தான் பஞ்சு. சந்தனத்தைத் தொட்டு வாசனை பார்த்துவிட்டு கைக்குட்டையில் துடைத்துக்கொண்டே 'லிக்விட் ஸாண்டல் எக்ஸலெண்ட்!' என்று கூறித் தாம்பூலம் பெற்றுக்கொண்டார் ராக்ஃபெல்லர்.

அய்யாசாமி அய்யர் மனைவி, மிஸஸ், ராக்ஃபெல்லரிடம் குங்குமத்தைக் கொடுத்து, "ராக்ஃபெல்லர் மாமி! இதை நெற்றியில் இட்டுக்கொள்ளுங்கள்" என்றாள்.

மிஸஸ் ராக்ஃபெல்லர் அதை வாங்கி நெற்றியில் இட்டுக்கொண்ட போது பெண்கள் அனைவரும் சிரித்துக்கொண்டே, "மாமிக்குக் கொசுவம் வைத்துப் புடவையும் கட்டிவிட்டால் சுமங்கலிப் பிரார்த்தனையில் உட்கார வைத்துவிடலாம்" என்றனர்.

முகூர்த்தப் பத்திரிகை எழுதி முடித்ததும், அதை வெள்ளித் தட்டில் வைத்துக்கொண்டு போய் ஒவ்வொருவரிடமும் காட்டினார் அம்மாஞ்சி. எல்லோரும் பத்திரிகையைத் தொட்டு ஆசீர்வாதம் செய்தனர்.

"இன்னும் ட்வெண்டி டேஸ்தான் இருக்குது. இம்மீடியட்டா இன்விடேஷன் பிரிண்ட் ஆகணும். அதுதான் ரொம்ப முக்கியம். அர்ஜெண்ட்!" என்றார் அய்யாசாமி.

“மிஸ்டர் பஞ்ச்! இன்றைக்கே நீ மெட்ராஸ் போய் அங்கே நமக்காக ஒரு ஏஜென்டைப் பார்த்துப் பேசி ஏற்பாடு பண்ணி விடு. நமக்கு எந்த டயத்தில் எது வேணுமானாலும் அந்த ஏஜென்டுதான் வாங்கி அனுப்பணும். உனக்குத் தெரிஞ்ச ஆசாமிங்க யாராவது இருக்காங்களா?”

“ஓ எஸ்! பாப்ஜின்னு மெட்ராஸிலே ஒரு பிரண்ட் இருக்காரு. மேரேஜ் காண்ட்ராக்ட்தான் அவருக்குத் தொழில்” என்றான் பஞ்சு.

“வெரி குட்டாப் போச்சு! நீ அவரையே பிக்ஸ் பண்ணிட்டு வந்துடு. அவரோடு டெய்லி டிரங்க்லே பேசி வேண்டியதை அனுப்பச் சொல்லிடலாம்.”

“எஸ் மேடம்! பந்தக்கால் முகூர்த்தத்தையும் இப்பவே நடத்திவிடலாமே!” என்றான் பஞ்சு.

“ஓ! நடத்திவிடலாம். அதுக்கு என்ன செய்யணும்?”

“உங்க ஹஸ்பெண்ட் கையாலே அஸ்திவாரம் போட்டுக் காலை ஊன்றிவிட்டால் போதும்” என்றான் பஞ்சு.

“‘ராக்ஃபெல்லர் பவுண்டேஷன்’னு சொல்லுங்க” என்றார் அய்யாசாமி.

பந்தக்கால் போட வேண்டிய இடத்தில் தேங்காய் உடைத்துப் பூஜை செய்தார் அம்மாஞ்சி. ஒரு பந்தக்காலின் நுனியில் மஞ்சள் பூசி மாவிலைக் கொத்தைக் கட்டினார் அப்பு சாஸ்திரிகள்.

ராக்ஃபெல்லர் தமது கையினால் அஸ்திவாரம் போட்டு, பந்தல்காலையும் ஊன்றிவிட்டார். அவ்வளவுதான். இதற்குள் மணி பத்து ஆகிவிடவே, ராக்ஃபெல்லர் பிரபு எல்லோரிடமும் விடைபெற்றுக்கொண்டு நியூயார்க் புறப்பட்டுவிட்டார். அவர் சென்ற சில நிமிஷங்களுக்கெல்லாம் பஞ்சுவும் கிளம்பிவிட்டான். இரண்டே தினங்களில் சென்னையிலிருந்து கல்யாணப் பத்திரிகைகள் அச்சாகி வந்துவிட்டன. பத்திரிகையின் பின் பக்கத்தில் வாஷிங்டன் நேஷனல் ஏர் போர்ட்டிலிருந்து ஸம்மர் ஹவுஸுக்குப் போகிற மார்க்கத்தையும் படம் போட்டுக் காட்டியிருந்தான் பஞ்சு. அதைக் கண்ட மிஸஸ் ராக்ஃபெல்லர் “வெரிகுட் ஐடியா!” என்றாள்.

7

மிஸஸ் ராக்ஃபெல்லருக்குக் கைகால் ஆடவில்லை. “மேரேஜுக்கு இன்னும் ஸிக்ஸ்டீன் டேஸ்தான் இருக்குது. இதற்குள் எவ்வளவோ ஏற்பாடு செய்தாகணும். பெண்ணும் மாப்பிள்ளையும் வரணும். என் ஃபிரண்ட்ஸும் ரிலேடிவ்ஸும் வரணும். அவங்களுக்கெல்லாம் ஜாகை ஏற்பாடு செய்தாகணும்” என்று கவலைப்பட்டுக்கொண்டிருந்தாள் அந்தச் சீமாட்டி.

அப்போது அங்கே வந்த பஞ்ச், “மேடம்! மாசாசூஸெட்ஸிலேருந்து இன்றைக்கு ஈவினிங் உங்க ஃபிரண்ட் பெட்டி டேவிஸும் இன்னும் ஐந்தாறு பேரும் வர்றாங்களாம். அவர்களை ரிஸீவ் பண்றத்துக்கு ஏர்போர்ட் போகணும்” என்றான்.

“பஞ்ச்! எனக்கு டயமே இல்லை. ப்ளீஸ்! நீயும், லல்லியும் போய் அழைச்சிட்டு வந்துடுங்க. இன்றைக்கு ஈவினிங் நான் மிஸஸ் கென்னடியை மீட் பண்ணி, மேரேஜுக்கு இன்வைட் பண்ணப் போறேன். தயவு செய்து அதுக்கு முன்னாலே இப்ப எல்லோரையும் இங்கே கொஞ்சம் வரச் சொல்லு. மேரேஜைப்பற்றி ‘டிஸ்கஸ்’ செய்வோம். எனக்கு ஒரு கம்ப்ளீட் ஐடியா குடுங்க பார்க்கலாம். மொத்தம் எத்தனை பேர் வருவாங்க? யார் யார் வருவாங்க?

என்னெல்லாம் நடக்கும்? கொஞ்சம் விவரமாச் சொல்லுங்கோ?" என்றாள் மிஸஸ் ராக்.

"ஃபஸ்ட்லே மேடம், டம்பர்ட்டன் ஓக்ஸ்லேருந்து சம்மர் ஹவுஸ் வரைக்கும் ஆர். ஸ்ட்ரீட் பூராவும் பந்தல் போட்டு முடிக்கணும்!"

"முடிச்சிடு. அதுக்குத்தான் ஹவாயிலேருந்து பந்தலுக்கு வேண்டிய தென்னங் கீத்து, வாழைமரம் எல்லாம் வந்தாச்சே! அத்தோடு ஆர். ஸ்ட்ரீட்லே இருக்கிற ஹவுஸ் பூராவும் காலி பண்ணிக் கொடுக்கச் சொல்லிக்கேட்டிருக்கேன். சரின்னு சொல்லியிருக்காங்க. மேரேஜ் பார்ட்டீஸ் யார் வந்தாலும் இந்தத் தெருவிலேயே கன்ட்ரோல் பண்ணச் சொல்லிட்டேன். உம்... நெக்ஸ்ட்! அடுத்தாப்போல் என்ன செய்யணும்?"

"அடுத்த வெள்ளிக்கிழமை சுமங்கலிப் பிரார்த்தனை நடத்தணும்" என்றார் அய்யாசாமி.

"சுமங்கலிப் பிரார்த்தனையா? அப்படின்னா?" என்று கேட்டாள் மிஸஸ் ராக்ஃபெல்லர்.

"லேடீஸுக்கு விருந்து நடத்தி பிரார்த்தனை பண்றதுக்கு சுமங்கலிப் பிரார்த்தனைன்னு சொல்றது."

"அதுக்கு எத்தனை லேடீஸ் தேவைப்படும், சொல்லுங்க. நியூயார்க்லே எனக்குத் தெரிஞ்ச லேடீஸுங்க ரொம்பப் பேர் இருக்காங்க. அவங்களையெல்லாம் வரவழைச்சுடறேன். இல்லாட்டி வாஷிங்டன்லே கவர்ன்மெண்ட் கர்ல்ஸ் இருக்காங்க. ரொம்ப அட்ராக்டிவா இருப்பாங்க. அவங்களை வைத்து நடத்திடலாம். சுமங்கலிப் பிரார்த்தனையை வெள்ளிக்கிழமைதான் நடத்தணுமா? ஸாடர்டே நைட் நடத்தக் கூடாதா?"

அம்மாஞ்சி வாத்தியார் சிரித்தார்.

"ஸாஸ்ட்ரி! நீ ஏன் சிரிக்கறே?" என்று கேட்டாள் மிஸஸ் ராக்ஃபெல்லர்.

"உங்க லேடீஸை வைத்து சுமங்கலிப் பிரார்த்தனை பண்ணக் கூடாது. ஸாடர்டே நைட்டும் கூடாது!" என்றார் அம்மாஞ்சி.

"அதென்ன அப்படி? எங்க லேடீஸ் கூடத்தான் நல்ல 'ஃபீஸ்ட்' சாப்பிடுவாங்க!" என்றாள் மிஸஸ் ராக்.

“சாப்பிடுவா! ஆனால் அவங்களுக்கெல்லாம் புடவை கட்டிக்கத் தெரியாதே! அத்தோடு தாலி கட்டிக்கொண்டிருக்கும் சுமங்கலி லேடீஸ்தான் இதற்கு முக்கியம்” என்றார் அம்மாஞ்சி.

“அப்படின்னா சரி! உங்க லேடீஸையே அழைத்துச் செய்துடுங்கோ... தென்?”

“இருபத்தொன்பதாம் தேதி முகூர்த்தம். அதாவது மாங்கல்ய தாரணம். அன்றைக்கு முதல் நாள் ராத்திரி ஜானவாசம்” என்றார் அப்பு சாஸ்திரிகள்.

“வாட் இஸ் ஜான்வாஸ்?” என்று கேட்டாள் மிஸஸ் ராக்.

“ப்ரைட்க்ரூம் காரில் உட்கார்ந்து ப்ரொஸெஷன் போவார். அதுக்கு டாப் இல்லாத கார் ஒண்ணு வேணும். அந்தக் காரில் ஸ்மால் ஸ்மால் சில்ட்ரனெல்லாம் உட்கார்ந்துகொள்ளும். காருக்கு முன்னால் நாகஸ்வரமும், பாண்டு வாத்தியமும் வாசித்துக்கொண்டு போவார்கள். அவங்களோடு ஜெண்ட்ஸ் போவாங்க. காருக்கு பின்னாலே லேடீஸ் நடந்து போவார்கள்” என்றாள் கேதரின்.

“எதுக்கு எல்லோரும் நடந்துபோகணும்? எல்லோருக்குமே கார் அரேஞ்ச் பண்ணிட்டாப் போச்சு.”

“மாப்பிள்ளை மட்டும்தான் காரில் போவார். நாமெல்லாம் ஸ்லோவா நடந்துதான் போகணும்...” என்றார் அய்யாசாமி.

“இங்கெல்லாம் ரோட்லே ஸ்லோவாப் போகமுடியாதே! ஸ்பீடாகத்தானே போகணும்...”

“ஜானவாஸம்னா ஸ்லோவாகத்தான் போகணும். ப்ரொஸெஷன் பாருங்க. அதுக்கு நீங்கதான் கவர்ன்மெண்டிலே ஸ்பெஷலா பர்மிஷன் வாங்கணும்” என்றார் அம்மாஞ்சி.

“ஓ! யு மீன் ப்ரொஸெஷன்! தட் இஸ் லைக் ஸ்டேட்டிரைவ்! வெரிகுட்! ப்ரொஸெஷன் எதுவரைக்கும் போகணும்?”

“ஏதாவது ஒரு கோயில்லேருந்து கல்யாண வீட்டுக்குப்போவது தான் சம்பிரதாயம். இங்கே ஆப்ரஹாம் லிங்கன் மண்டபம்தான் இருக்கு. ஆகையாலே அந்த மண்டபத்திலே போய்க் கொஞ்ச

நேரம் காற்றாட உட்கார்ந்து விட்டுத் திரும்பிவிடலாம்" என்றார் அம்மாஞ்சி.

"ஏன்? ஜெபர்ஸன் மண்டபத்திலேகூட உட்காரலாமே! அந்த இடமும் ரொம்ப அழகாகத்தான் இருக்குது" என்றார் சாம்பசிவ சாஸ்திரிகள்.

"அங்கே வேண்டாம். அது கொஞ்சம் டிஸ்ட்டன்ஸ் அதிகம். அத்தோடு லிங்கன் மண்டபத்திலேருந்து வியூ ஒண்டர்புலா இருக்கும். செர்ரி ட்ரீஸெல்லாம் பூத்துக் குலுங்கற அழகு டைடல் பேஸின் வாடர்லே ரிப்ளெக்ட் ஆறப்போ தேவலோகமாயிருக்கும். ஜானவாசத்துக்கு என்றே ப்ளான் போட்டுக் கட்டின மாதிரின்னா இருக்கு லிங்கன் மண்டபம்!" என்றார் அம்மாஞ்சி.

"ஒருவேளை இங்கேதான் லிங்கனுக்கு ஜானவாசம் நடந்ததோ என்னவோ?" என்றார் சாஸ்திரிகள்.

"சாஸ்திரிகளே! பேசாமல் வாயை மூடிக்கொண்டு இருமய்யா!... காட்டன் ஸார்! ஜானவாசத்தின்போது காஸ் லைட்டுக்கும், நரிக்குறவாளுக்கும் ஏற்பாடு பண்ணியாச்சா?" என்று கேட்டார் அம்மாஞ்சி.

"காஸ் லைட் வேறே எதுக்கு? வாஷிங்டன்லே இருக்கிற லைட் போதாதா?" என்றாள் மிஸஸ் ராக்.

"இந்த காஸ் லைட் கூடாது. எங்க ஊர் காஸ்லைட் தான் சம்பிரதாயம்" என்றார் அம்மாஞ்சி.

"சம்பிரதாயம்னா வாட்!" என்று கேட்டாள் மிஸஸ் ராக்.

"கஸ்டம்ஸ்" என்றார் அம்மாஞ்சி.

"கஷ்டம் ஒன்றுமில்லை..." என்றார் சாஸ்திரிகள். மறுபடியும் அம்மாஞ்சி வாத்தியார் சாஸ்திரிகளின் வாயை அடக்கினார்.

"ஏஜென்ட் பாப்ஜியை டிரங்க் போட்டுக்கூப்பிட்டு, மெட்ராஸிலிருந்து ஆயிரம் காஸ்லைட்ஸ் அனுப்பச் சொல்லியிருக்கேன். நாளைக்குள் வந்துவிடும். நரிக்குறவங்க ஆயிரம் கிடைப்பதுதான் கொஞ்சம் கஷ்டப்படும்போல இருக்கு" என்று கூறினான் பஞ்சு.

“நாரிக்ரூவாஸ்னா அவங்க யாரு?” என்று கேட்டாள் மிஸஸ் ராக்ஃபெல்லர்.

“அவர்கள்தான் தென்னிந்திய காஸ்லைட் கம்பெனி நடத்தறவா. அவாளேதான் காஸ்லைட் தூக்குவா” என்றான் பஞ்சு.

“அதென்ன அப்படி? அவங்க இங்கே வரமாட்டாங்களா?” என்று கேட்டாள் மிஸஸ் ராக்.

“வருவாங்க, இருபத்தொன்பதாம் தேதி சவுத் இண்டியாவில் ஏகப்பட்ட முகூரட்! அதனாலே அவங்களுக்கு ரொம்ப கிராக்கி...”

“ஆளுக்கு ஆயிரம் டாலர் கொடுத்தாவது அவங்களை வரவழைச்சுடுங்க. காஸ்லைட் தூக்கறத்துக்கு வேறே என்ன செய்யறது?”

“பணத்தைப் பற்றிக் கவலைப்படவில்லை. அவங்க இங்கே வந்தா நாயெல்லாம் சேர்ந்து ‘கோரஸ்’லே குரைக்க ஆரம்பிச்சுடுமே என்றுதான் யோசிக்கிறேன்” என்றான் பஞ்சு.

“ஏன்? குரைக்கட்டுமே! அதனாலே என்ன ட்ரபிள்? டாக்ஸெல்லாம் சேர்ந்து கோரஸ்லே பார்க் பண்ணா அது ரொம்பத் தமாஷாயிருக்குமே! பஞ்ச்! கண்டிப்பா என் பிரண்ட்ஸ் நாரிக்ரூவாஸைப் பார்க்கறத்துக்கு ரொம்ப லைக் பண்ணுவாங்க. நாரிக்ரூவாஸ் எப்படி இருப்பாங்க பஞ்ச்?” என்று கேட்டாள் மிஸஸ் ராக்ஃபெல்லர்.

“மகாராஜாஸ் மாதிரி இருப்பாங்க. கழுத்திலே காஸ்ட்லி மணி மாலையெல்லாம் போட்டிருப்பாங்க. தலையிலே டர்பன் கட்டியிருப்பாங்க. தோள் மேலே மங்கியும் கையிலே வாக்கிங் ஸ்டிக்கும் வச்சிருப்பாங்க. அவங்களை நாங்க பேவ்மெண்ட் ராஜாஸ்னு சொல்றது” என்றான் பஞ்சு.

“லேடி நாரிக்ரூவாஸ்கூட இருப்பாங்களா? அவங்க எப்படி இருப்பாங்க?”

“அவங்க மகாராணி மாதிரி கலர்ஃபுல்லா இருப்பாங்க. டீத்தெல்லாம் டார்க்காயிருக்கும். காதுலே, கழுத்திலே, கையிலே வேல்யுபுல் ஜ்வெல்ஸ் போட்டிருப்பாங்க. முதுகிலே தூளி கட்டி, குழந்தையை வெச்சிருப்பாங்க...”

"தூளின்னா?"

"பௌச்! லைக் கங்காரு. கங்காருவுக்கு வயத்திலே தூளி இருக்கும். இவர்களுக்கு முதுகுலே பை!"

"ஆமாம்! இவங்களைப் பார்த்து டாக்ஸ் ஏன் பார்க் பண்ணுதுங்க?"

"ஜெலஸிதான் மேடம்! பொறாமை! பணக்காரங்களைக் கண்டு பொறாமைப்படறது ஏழைங்களுக்கு சகஜம் தானே? இண்டியாவிலே டாக்ஸெல்லாம் ஏழைதானே? அதனாலே, பணக்கார நாரிக்ரூவாஸைக் கண்டு குலைக்குதுங்க..."

"நாரிக்ரூவாஸுக்கு என்ன பிஸினஸ்?"

"டே டைம்லே நீடில் பிஸினஸ். ஊசி விற்பாங்க. நைட் டைம்லே லைட் தூக்குவாங்க. பேவ்மெண்ட்லேதான் லிவ் பண்ணுவாங்க. டெய்லி டின்னர் சாப்பாடுதான் சாப்பிடுவாங்க."

"எதுக்கு மங்கியைத் தோள் மேலே தூக்கி வெச்சுக்கறாங்க?"

"தலை மேலே லைட் வைச்சுக்கணுமே. அதனாலேதான்."

"எதுக்கு குரங்கு வளர்க்கிறாங்க?"

"நாய்ங்க அவங்களைக் கண்டு பொறாமைப்படறதாலே அவங்க நாய் வளர்க்கிறதில்லை. குரங்கு வளர்ப்பாங்க. குரங்கு அவங்க சொல்றபடி ஆடும்."

"அது எப்படி?"

"கையிலே கோல் வச்சிருக்காங்களே? ஆடாமல் என்ன செய்யும்? கோல் எடுத்தால் குரங்காடும்னு பழமொழியாச்சே!"

"ஆமாம், அவ்வளவு பெரிய பணக்காரங்க எதுக்கு நைட்லே லைட் தூக்கறாங்க?"

"யு ஸி மேடம்! ரொம்பக் காஸ்ட்லி ஜ்வெல்ஸ் போட்டுக்கிட்டு தெருவிலே போனா இருட்டிலே யாராவது வந்து தாக்கி, நகைகளைப் பறிச்சுக்கிட்டுப் போயிடுவாங்க இல்லையா? அதுக்காக எப்பவும் வெளிச்சத்திலேயே இருக்கணும்னு தலை மேலே லைட்டை வெச்சுக்கிட்டே போவாங்க. ஸ்ட்ரீட் லைட் திடீர்னு ஆப் ஆயிட்டாக்கூட பரவாயில்லை பாருங்க."

"பஞ்ச்! அவங்களை எப்படியாவது இங்கே வரும்படி ரிக்வெஸ்ட் பண்ணிக்கோ. அதுக்காக எவ்வளவு டாலர் செலவழிஞ்சாலும் பரவாயில்லை. அவங்க லைட் தூக்கிட்டு போறப்போ வாஷிங்டன் டாக்ஸெல்லாம் அவங்களைப் பார்த்து குலைக்குமில்லையா? அதை அப்படியே டெலிவிஷன்லே காட்டறதுக்கு ஏற்பாடு செய்யப் போறேன். ப்ளீஸ், ப்ளீஸ்!" என்று மன்றாடினாள் மிஸஸ் ராக்.

"எஸ் மேடம்! செய்துடுவோம். ப்ரொஸெஷன் போற ரூட்லே டிராஃபிக்கெல்லம் கண்ட்ரோல் செய்யணும். ரோட்லே எரியற லைட்டெல்லாம் அன்றைக்கு ஆஃப் செய்துடணும். அப்பத்தான் நாரிக்ரூவாஸ்கொண்டு வர காஸ் லைட்ஸ் வெளிச்சமாகத் தெரியும்" என்றான் பஞ்சு.

"அதுக்கெல்லாம் நான் பர்மிஷன் வாங்கிடறேன். நீங்க ஒண்ணும் கவலைப்படாதீங்க. எனக்கு கவர்ன்மென்ட்லே நல்ல இன்புளூயன்ஸ் உண்டு. வேணும்னா இருபத்தெட்டாம் தேதி இருபத்தொன்பதாம் தேதி இரண்டு நாளைக்கும் வாஷிங்டன்லே ஹாலிடேயே டிக்ளேர் பண்ணிடச் சொல்றேன். மிஸஸ் கென்னடி எனக்கு திக்கெஸ்ட் ஃப்ஹப்ரண்ட்தான். ஒரு வார்த்தை சொன்னால் எல்லாம் முடிஞ்சுடும்."

"மிஸஸ் கென்னடி மேரேஜுக்கு வருவாங்களா?"

"கண்டிப்பா வருவாங்க. அவங்க எல்லாரும் இந்த மேரேஜ் பார்க்கணும்னு ரொம்ப ரொம்ப ஈகரா இருக்காங்க. அப்புறம் நாரிக்ரூவாஸ் அத்தனை பேரையும் எங்கே இறக்கலாம்? நல்ல பந்தோபஸ்தான இடமாப் பார்த்து இறக்க வேணாமா? ரொம்ப காஸ்ட்லி ஜ்வெல்ஸ் போட்டிருக்கிறவங்களாச்சே! எதுக்கும் துப்பறியும் இலாகாவுக்கு (F.B.I.) முன்னாடியே சொல்லிவைக்கறது நல்லது இல்லையா?" என்றாள் மிஸஸ் ராக்.

"அதெல்லாம் ஒண்ணும் வேண்டாம். நாரிக்ரூவாஸ் அதெல்லாம் விரும்பமாட்டாங்க. அவங்க வீட்டுக்குள்ளேயும் தங்கமாட்டாங்க. பேவ்மெண்ட்தான் அவங்களுக்கு வீடு" என்றான் பஞ்ச்.

"நீ சொல்லிட்டா சரி பஞ்ச்! அப்புறம் மேரேஜ்லே இன்னும் என்னென்ன ஐட்டம் இருக்குது?"

"காசி யாத்திரை போறது இன்னொரு ஐட்டம். அது ரொம்ப வேடிக்கையாயிருக்கும்" என்று குறுக்கிட்டார் அம்மாஞ்சி.

"அது என்ன அது?"

"மாப்பிள்ளை பெனாரஸ் டூர் போறதுக்கு காசி யாத்திரைன்னு பேரு" என்றார் அம்மாஞ்சி.

"மாப்பிள்ளை எதுக்கு பெனாரஸ் டூர் செய்யணும்?... மேரேஜ் டயத்துலே அவர் டூர் போயிட்டா அப்புறம் மேரேஜ் எப்படி நடக்கும்?"

"டூர் போக மாட்டார். கல்யாணத்தன்று மாப்பிள்ளை காசி யாத்திரை புறப்பட்டுப் போவது என்பது எங்க மேரேஜ்லே ஒரு கஸ்டம். அவ்வளவுதான். கொஞ்ச தூரம் போயிட்டு அப்புறம் திரும்பிவந்துவிடுவார். இங்கே அமெரிக்காவிலே பனாரஸ் கிடையாதே! அதனாலே யூனியன் ஸ்டேஷன் பக்கமாகக் கொஞ்ச தூரம் போயிட்டுத் திரும்பி வந்துவிடட்டும்" என்றார் அம்மாஞ்சி.

"உங்க மேரேஜ்லே ரொம்பப் பெகூலியர் கஸ்டம்ஸ் எல்லாம் இருக்குதே! எல்லாம் ரொம்ப ரொம்ப வேடிக்கையாயிருக்கும்போல இருக்குதே!"

"அதை ஏன் கேட்கிறீங்க? அப்புறம் ஊஞ்சல், மாலை மாற்றுதல், பாலிகை விடுதல், நலங்கு இடுதல், இப்படி எவ்வளவோ கஸ்டம்ஸ் இருக்குது. இன்னொரு சமாசாரம். சம்பந்தி சண்டைன்னு ஒன்று வரும். அதுதான் கல்யாணத்திலேயே முக்கியமான ஐட்டம்."

"மை காட்! எதுக்கும் தாலி கட்டறதிலேருந்து முன்னாடியே இதுக்கெல்லாம் ஒரு ரிஹர்ஸல் நடத்திப் பார்த்துடலாமே!" என்றாள் மிஸஸ் ராக்.

"வேண்டாம் மேடம்! தாலி கட்டறதுக்கு எல்லாம் ரிஹர்ஸல் நடத்த முடியாது! ஒரு தரம் கட்டினால் கட்டினதுதான். ரியலாத்தான் கட்டணும்."

"அப்படின்னா சரி... இன்னும் மெட்ராஸிலிருந்து என்னென்ன வரணும்?"

"ஸாஸ்ட்ரீஸ் தௌஸண்ட்! வடு மாங்காய் ஒன் லாக். தொன்னை ஒன் மில்லியன். சேமியா முன்னூறு பெட்டி" என்றான் பஞ்சு.

“தௌஸண்ட் ஸாஸ்ட்ரீஸ் கிடைப்பாங்களா?”

“ஓ மயிலாப்பூர் டாங்கண்டையே ஐந்நூறு பேர் கிடைப்பாங்க. மாம்பலம் சிவா விஷ்ணு டெம்பிளண்டே முன்னூறு பேர் கிடைப்பாங்க. ட்ரிப்ளிகேன் பிக் ஸ்ட்ரீட் கார்னர்லே இருநூறு பேர் கிடைப்பாங்க. அதெல்லாம் பாப்ஜிக்குத் தெரியும். அசகாய சூரன்! பிளேன்லே ஏற்றி அனுப்பிடுவான். ஆகாய விமானத்தில் ட்ராவல் பண்றதுக்கு அநேக சாஸ்திரிகள் ஆசைப்படுவாங்க?”

“சரி, வடுமாங்கா ஒன் லாக் வேணுமா?”

“அது ரொம்ப டேஸ்ட்டாயிருக்கும். அதைச் சாப்பிட்டுப் பார்த்தீங்களானா ஒன் லாக் என்ன, ஒன் மில்லியனே வரவழைக்கச் சொல்லுவீங்க.”

“என்ன காஸ்ட் ஆகும்?”

“தௌஸண்ட் டென் டாலர்தான்!”

“அவ்வளவுதானா? வெரி சீப்! ஒன் க்ரோர் அனுப்பச் சொல்லிடு. ஸ்டாக்கிலே இருக்கட்டும். அப்புறம்?...”

“தொன்னை ஒன் லாக்! தொன்னைங்கறது கப் மாதிரி இருக்கும். அதிலே பாயசம், ரசம், ஐஸ்கிரீம் எல்லாம் வெச்சு சாப்பிடலாம்.”

“பாயசம்னா?”

“பாயசம்னா அது ஒரு லிக்விட் ஸ்வீட்! சேமியா பாயசம் வில் பி வெரி நைஸ்!” என்றான் பஞ்சு.

“சேமியா பாயசமும் வேண்டாம். ரஷ்யா பாயசமும் வேண்டாம். இண்டியன் பாயசமே போடச் சொல்லு” என்று குறுக்கிட்டாள் லோரிட்டா.

“சேமியா என்றால் அது ஒரு தேசம் இல்லை. வர்மி ஸெல்லி...” என்றான் பஞ்சு.

“அப்படியா! அப்ப சேமியா பாயசமே செய்யட்டும்” என்றாள் லோரிட்டா.

“டம்பர்ட்டன் ஓக்ஸ் பங்களாவிலே கோல்ட்ஸ்மித்ஸ் ஜ்வெல்ஸ் செய்துகிட்டிருக்காங்க. பார்க்கலாம் வரீங்களா?” என்று அழைத்தாள் மிஸஸ் மூர்த்தி.

"ஓ! போய்ப் பார்க்கலாமே! கேதரின், லோரிட்டா, மிஸ் கால்பர்ட், ஹெப்பர்ன், டயானா எல்லோரையும் கூப்பிடுங்க... வரட்டும்" என்றாள் மிஸஸ் ராக்.

மிஸஸ் ராக்ஃபெல்லரும் அவருடைய உறவினர்களும் டம்பர்ட்டன் ஓக்ஸ் மாளிகைக்குள் நுழைகிறபோதே சந்தன வாசனை கம்மென்று வீசியது. அங்கே போடப்பட்டிருந்த புதிய தென்னங்கீற்றுப் பந்தலின் மணத்துடன் சந்தன வாசனையும் கலந்து வீசியபோது மிஸஸ் ராக்ஃபெல்லருக்கு அந்தக் குளிர்ந்த சூழ்நிலை மிகுந்த உற்சாகத்தை அளித்தது.

"இங்கேதான் ஸாண்டல்வுட் அரைத்துக்கொண்டிருக்கிறார்கள். கல்யாணத்துக்கு வருகிற அத்தனை பேரும் சந்தனம் பூசிக்கொள்வார்கள்" என்றான் பஞ்சு.

சந்தனம் அரைப்பவர்களைச் சற்று நேரம் வேடிக்கை பார்த்துக்கொண்டிருந்தனர் மிஸஸ் ராக்ஃபெல்லரும் அவருடைய உறவினர்களும். சந்தனத்தைக் கையில் எடுத்து முகர்ந்து விட்டு, "திஸ் இஸ் ஒண்டர்புல்! லவ்லி ஸ்மெல்! இவர்களும் சந்தனம் பூசிக்கொண்டு அரைப்பதுதானே?" என்று கேட்டனர்.

"அப்புறம் அரைக்கிற சந்தனமெல்லாம் இவர்களுக்குத்தான் சரியாயிருக்கும். நமக்கெல்லாம் மிஞ்சாது!" என்றார் அம்மாஞ்சி.

"நகைகளைப் பார்க்கலாமா?" என்று கேட்டபடியே கோல்ட்ஸ்மித்துகள் நகை செய்யுமிடத்துக்குச் சென்றாள் மிஸஸ் ராக். அங்கே அத்தையும், பிள்ளைக்கு மாமியும் ஆசாரிகளுக்கு அருகிலேயே உட்கார்ந்து கவனித்துக்கொண்டிருந்தனர். அதைக் கண்ட மிஸஸ் ராக்ஃபெல்லர், "நீங்க நகை செய்யறதைப் பார்த்ததில்லை? இங்கேயே உட்கார்ந்து கவனித்துக்கொண்டிருக்கிறீர்களே? எங்களுக்குத்தான் இது வேடிக்கை, உங்களுக்குக் கூடவா?" என்று கேட்டாள்.

"ஆச்சாரியிடம் தங்கத்தைக் கொடுத்துவிட்டால் அப்புறம் அப்பால் இப்பால் போகமாட்டார்கள் எங்கள் ஊர்ப் பெண்மணிகள். நகை பேரில் அவர்களுக்கு அத்தனை ஆசை!" என்று மிஸஸ் மூர்த்தி சிரித்துக்கொண்டே கூறினாள். மிஸஸ் ராக்ஃபெல்லருக்கும் அவருடைய உறவினர்களுக்கும் நகைகளைக்

கண்டபோது, மகிழ்ச்சி தாங்கவில்லை. எல்லா நகைகளையும் எடுத்துத் தலையிலும், காதிலும், கழுத்திலும் பொருத்தமில்லாமல் வைத்துப் பார்த்துக் குதூகலப்பட்டனர். ஒருத்தி ஒட்டியாணத்தைத் தலையிலே மாட்டிக்கொண்டு, “இது என் தலைக்கு ரொம்பப் பொருத்தமாயிருக்கிறது” என்றாள்.

“ஓ! நீ லேடி நாரிக்ரூவாஸ் மாதிரி இருக்கே!” என்று கூறினாள் மிஸஸ் ராக்ஃபெல்லர்.

“லேடி நாரிக்ரூவாஸ் என்றால் யார்?” என்று கேட்டனர் அவர்கள்.

“அவர்கள் இண்டியாவிலிருக்கிறார்கள். பேவ்மெண்ட் ராணீஸ்! ரொம்ப அழகாயிருப்பாங்க. பியூட்டிபுள் அண்டு வேல்யுபிள் ஜ்வெல்ஸ் வேர் பண்ணியிருப்பாங்க. டீத் ரொம்ப டார்க்காயிருக்கும். லேடீஸ் முதுகிலே பௌச் இருக்கும். பௌச்லே குழந்தை இருக்கும். அவங்களைப் பார்த்து டாக்ஸ் பார்க் பண்ணும். அது ரொம்ப வேடிக்கையாயிருக்கும். நெக்ஸ்ட் வீக் ஆயிரம் நாரிக்ரூவாஸ் ப்ளேன்லே வரப்போறாங்க. ஜான்வாஸ்த்துக்கு லைட் தூக்கப் போறாங்க” என்றாள் மிஸஸ் ராக்.

“ஜாலி! ஜான்வாஸ்லே நாரிக்ரூவாஸ் பார்க்கலாம்” என்று சொல்லிச் சொல்லி மகிழ்ந்தனர் மற்றவர்கள்.

இந்த சமயத்தில், “காட்டன் சார்! உங்களுக்கு டிரங்க் கால் வந்திருக்கிறது” என்றார் அம்மாஞ்சி.

பஞ்சு திரும்பிப் பார்த்தான். சற்றுத் தொலைவில் ஒய்யாரமாக நின்றுகொண்டிருந்த லல்லி புன்னகையோடு பஞ்சுவைக் கை காட்டி அழைத்தாள்.

8

ஆர். ஸ்ட்ரீட் முழுதும் பந்தல் போட்டு முடித்ததும், ஜோடனைகளில் வல்லவர்களான தஞ்சாவூர் நெட்டி வேலைக்காரர்கள், வாழைத்தார், தென்னங் குருத்து, மாவிலைக் கொத்து, பாக்குச்சரம், சாமந்தி மாலை, காகிதப் பூ, ஜிகினாத் தகடு, சல்லாத் துணி இவ்வளவையும்கொண்டு கம்பக் கால்களையும், கூரை முகட்டையும் அலங்கரித்து முடித்தனர்.

பாட்டிமார்கள், அந்தத் தெருவெங்கும் பெருக்கி மெழுகி, மாக்கோலம் போட்டு வைத்தார்கள்.

இந்த ஊர் காக்காய் கோலமாவைக் கொத்தித் தின்னமாட்டேன் என்கிறதே!" என்று வருத்தப்பட்டாள் அத்தை.

"இதென்ன பிரமாதம்! காட்டன் ஸார் கிட்டே சொன்னா ஒரு நொடியிலே நம் ஊர்க் காக்காய்களைக்கொண்டுவந்து பறக்கவிட மாட்டாரா?" என்றார் அம்மாஞ்சி.

"நம் ஊர்க் காக்காய்கள் வந்தாலும் தேவலைதான். குழந்தைகளுக்குச் சாதம் ஊட்டுகிறபோது வேடிக்கை காட்ட ஒரு காக்காய்கூட வரமாட்டேன் என்கிறது" என்றாள் பாட்டி.

“அதற்குத்தான் நரிக்குறவர்கள் வரப்போகிறார்களே!” என்றார் அம்மாஞ்சி.

“உஷ்! அவர்களைப் பற்றிக் கேவலமாகப் பேசாதேயும். ராக்ஃபெல்லர் மாமியிடம் அவர்களெல்லாம் பெரிய மகா ராஜாக்கள் என்று சொல்லி வைத்திருக்கிறேன் நான்” என்றான் பஞ்சு.

“ஆமாம், அவர்களைப்பற்றி எதற்காக அப்படி ஒரேயடியாய் ‘கப்ஸா’ அளந்துவிட்டீர்?” என்று கேட்டார் அம்மாஞ்சி.

“அவர்கள் எச்சில் இலை சாப்பிடுகிறவர்கள் என்றால் நம் நாட்டுக்குத்தானே கேவலம்? அதற்காகத்தான் அப்படி கௌரவமாகச் சொல்லி வைத்தேன்.”

“அவர்கள்இங்கேவந்துதங்கள்சுயரூபத்தைக்காட்டிவிட்டால்?...”

“கவலைப்படாதேயும், அதெல்லாம் முன் ஏற்பாடாக பாப்ஜியிடம் சொல்லிவைத்திருக்கிறேன். நரிக்குறவர்கள் இங்கே எப்படி எப்படி நடந்து கொள்ள வேண்டும் என்று அவன் அவர்களுக்குப் பாடம் சொல்லி அனுப்புவான். ஆயிரம் பேரையும் இங்கே வேளா வேளைக்கு தனிப்பந்தியில் உட்கார வைத்துச் சாப்பாடு போடப்போகிறேன். ராக்ஃபெல்லர் செலவழிக்கச்சே நமக்கென்ன கவலை!” என்றான் பஞ்சு.

“காட்டன் ஸாரா, கொக்கோன்னானாம்! தெரியாமலா ராக்ஃபெல்லர் மாமி எதுக்கெடுத்தாலும் ‘பஞ்ச்! பஞ்ச்!’ன்னு தொளைச்சு எடுக்கிறா?” என்றார் சாஸ்திரிகள்.

“சாஸ்திரிகளே, பாட்டிகளெல்லாம் பருப்புத் தேங்காய் செய்து முடித்துவிட்டார்களா? இப்போது என்ன செய்துகொண்டிருக்கிறார்கள்?” பஞ்சு கேட்டான்.

“இந்தத் தெருவிலுள்ள வாசல் படிகளுக்கெல்லாம் மஞ்சள் பூசி, குங்குமப் பொட்டு வைத்துக்கொண்டிருக்கிறார்கள். இன்று மாலை அவர்களுக்கு ‘சர்க்காரமா’ பார்க்க வேண்டுமாம். தேனாம்பேட்டையில் ‘சர்க்காரமா’ காட்டியபோது க்யூ வரிசையில் நின்று பார்க்க முடியவில்லையாம்” என்றார் சாஸ்திரிகள்.

இங்கே போய்ப் பார்க்கட்டும். அதற்கு நான் என்ன செய்ய வேண்டுமாம்?”

“திரும்பி வரதுக்குக் கார் அனுப்பவேண்டுமாம்?”

“ஆயிரம் பேருக்கும் கார் வேணுமாமா? பேஷ்! வேறே வேலை இல்லே இந்த பாட்டிகளுக்கு? சர்க்காரமாவும் வேணாம், ஒண்ணும் வேணாம். ‘கிருஷ்ணா ராமா’ என்று வீட்டோடு இருக்கச் சொல்லும்” என்றான் பஞ்சு.

“வைதிகாள் கோஷ்டியெல்லாம் எப்படி வராளாம்?” என்று கேட்டார் சாஸ்திரிகள்.

“வைதிகர்கள், சமையல்காரர்கள், நாகஸ்வரக்காரர்கள், கிளாரினட் கோஷ்டியினர் இவ்வளவு பேரும் இரண்டு மணிக்கெல்லாம் வந்துவிடுவார்கள். பூக்கடை, வெற்றிலைக் கடை, வடு மாங்காய், வாழைத்தார் இதெல்லாம் திருச்சியிலேருந்து தனி ப்ளேனில் வருகிறது. வெற்றிலை, சீவல், காய்கறி, புஷ்ப மாலை இந்த நாலுக்கும் மட்டும் இனிமேல் தினமும் திருச்சியிலேருந்து ஸ்பெஷலா ஒரு ப்ளேன் விடச் சொல்லியிருக்கிறேன்” என்று கூறிக்கொண்டே வேகமாக நடந்தான் பஞ்சு.

“காட்டன் ஸார்! நாளைக்குப் பூ வண்டி வருகிறபோது கொஞ்சம்...” என்று இழுத்தார் அம்மாஞ்சி.

பஞ்சு, தன்னுடைய ஆள் காட்டி விரலைக் கட்டை விரல் மீது வைத்து தட்சிணாமூர்த்தி ஸ்வாமி மாதிரி அபிநயம் பிடித்தபடியே, “பொடிதானே ஐயா, அது ஏற்கெனவே வந்தாச்சு! பாப்ஜி அனுப்பியிருக்கான். அவனும் பொடி போடறவனாச்சே! பொடி போடுகிறவர்களின் கஷ்டம் அவனுக்குத் தெரியாதா?” என்றான்.

“ஆமாம், நாகஸ்வரம் எந்த ஊர் செட்?” என்று கேட்டார் சாஸ்திரிகள்.

“நாமகிரிப்பேட்டை கிருஷ்ணன், ஷேக்சின்ன மௌலானா சாகிப் இவ்விரண்டு செட் வருகின்றன. தவிர, அறந்தாங்கியிலிருந்து உள்ளூர் நாகஸ்வரக்காரர்களும் வருகிறார்கள். அவர்கள்தான் நலங்கு ஊஞ்சலுக்கெல்லாம் வாசிப்பார்கள்” என்றான் பஞ்சு.

“பேஷ்! பேஷ்! பாண்டு வாத்தியம்?”

“ஏ.ஐ.ஆர். ராதாகிருஷ்ணன்” என்றான் பஞ்சு.

"அதுவும் அபாரமாகத்தானிருக்கும். அடாடா! இந்த வாஷிங்டன் வீதியிலே ராத்திரி பதினொரு மணிக்கு அவா 'சக்கனி ராஜ' வாசித்துக்கொண்டு பவனி போறப்போ தேவலோகமாயிருக்குமே..." என்றார் சாஸ்திரிகள்.

"அது சரி, ரிஸப்ஷனுக்கு யார் கச்சேரி?" என்று கேட்டார் அம்மாஞ்சி.

"அரிக்குடி, லால்குடி, பாலக்காடு" என்றான் பஞ்சு.

"பலே, பலே! டாப் கிளாஸ் கச்சேரின்னு சொல்லுங்க. ஒரு டான்ஸுக்கும் ஏற்பாடு பண்ணியிருக்கலாம்" என்றார் சாஸ்திரிகள்.

இந்தச் சமயம் கையிலே ஜல்லிக் கரண்டியுடன் அங்கே வந்து நின்ற கும்பகோணம் வைத்தா, "பஞ்சு சார்! இன்று சாயந்தரம் என்ன டிபன் போடலாம்?" என்று கேட்டார்.

"ராக்ஃபெல்லர் மாமி வெளியே போயிருக்கார். அவர் வந்து விடட்டும். அப்புறம் முடிவு செய்யலாம்" என்றான் பஞ்சு. அப்படிச் சொல்லிக்கொண்டிருக்கும் போதே அந்தச் சீமாட்டி, காரிலிருந்து இறங்கி வந்தாள். வரும்போதே, "பஞ்ச், ப்ரொஸேஷனுக்கு ரூட் பர்மிஷன் வாங்கிட்டேன். ஊர்வலத்தை டெலிவிஷன்ல கவர் பண்றதுக்கும் ஏற்பாடு செய்துட்டேன். ஜான்வாசத்துக்குக் காரும் 'அரேஞ்ச்' பண்ணியாச்சு. ஆமாம், மாப்பிள்ளை ஈவினிங் எத்தனை மணிக்கு வருகிறார்? 'ரிஸீவ்' பண்றதுக்கு ஏர்போர்ட் போக வேண்டாமா?"

"ஐந்து மணிக்கு வருகிறார். அதுக்கு முன்னாலே நாகஸ்வரக் காரர்கள், பாண்டு வாத்தியக்காரர்கள் எல்லோரும் வராங்க. முதல்லே நான் போய் அவங்களை அழைச்சிட்டு வந்துடறேன்."

"வெரி குட்! எனக்கும் கொஞ்சம் வேலையிருக்குது. சிகாகோவிலிருந்து நாளைக்கு என் ரிலேடிவ்ஸூம், பிரண்ட்ஸூம் வராங்க. அவங்களையெல்லாம் ஹோட்டல்லே தான் இறக்கணும். இன்னும் ரொம்பப் பேர் வரப்போறதா லெட்டரும், தந்தியும் வந்து குவிஞ்சுக்கிட்டே இருக்குது. இதெல்லாம் பார்த்தால், மேரேஜ் டே அன்று வாஷிங்டன்லே ஒரு ஹோட்டல்லேகூட இடம் கிடைக்காதுபோல இருக்குது. எதுக்கும் இப்பவே போய்

'ஸ்டேட்லர் ஹில்டன்', 'ஷெராடன் பார்க் ஹோடேல்', 'மே ப்ளவர்' இந்த மூன்று ஓட்டல்களிலும் ரூம்ஸ் ரிஸர்வ் செய்துவிட்டு வந்துடறேன். ஆமாம், கையிலே ஏதோ வெபன் வெச்சுக்கிட்டு நிற்கிறாரே, இவர் யார்?" என்று கேட்டாள் மிஸஸ் ராக்.

இவர்தான் ஹெட் குக் வைத்தா. இது வெபன் இல்லை. காராபூந்தி தேய்க்கிற ஜாரணி!" என்றான் பஞ்சு.

"இவர் இதுக்கு முன்னாலே எங்கே ஒர்க் பண்ணிக்கிட்டிருந்தார்?"

"தாமஸ் குக் அண்ட் ஸன்லே இருந்தார்."

"ஓ, வெரிகுட்! இன்றைக்கு என்ன டிபன் போடச் சொல்லியிருக்கே?"

"வீட் அல்வாவும், கார ஸோமாஸூம் போடச் சொல்லலாம்னு நினைக்கிறேன்" என்றான் பஞ்சு.

"வீட் அல்வா எதுக்கு? ரைஸ் அல்வாவே போடச்சொல்லு. சவுத் இண்டியாவிலே ரைஸ்தானே முக்கியம்?" என்றாள் மிஸஸ் ராக்.

"ரைஸ் அல்வா போடலாம். ஆனால் அது டெய்லி சாப்பிட்டு அலுத்துப் போச்சு... அதனாலே ஒரு சேஞ்சுக்கு வீட் அல்வா இருக்கட்டுமே என்று பார்த்தேன்."

"அதுவும் சரிதான், வீட் அல்வாவே போடட்டும்" என்றாள் மிஸஸ் ராக்.

"ஒரு நிமிஷம் கார்டன் பக்கம் வர்றீங்களா?" என்று கூப்பிட்டான் பஞ்சு.

"காடி அடுப்பு வெட்டணுமாம். எந்த இடம்னு சொல்லிட்டா அந்த வேலையை முடிச்சுடலாம்" என்றான் பஞ்சு.

"ஓபன் ஏர்லயா அடுப்பு வெக்கப் போறீங்க? கண்டபடி புகை வருமே?" என்றாள் மிஸஸ் ராக்.

"புகை போக்கி கட்டிவிட்டால் போச்சு" என்று கூறினான் பஞ்சு.

"நோ நோ! வாஷிங்டனில் புகைபோக்கி கட்டக்கூடாது. பாக்டரி மாதிரியாகிவிடும். இது கவர்ன்மெண்ட் ஹெட்குவார்ட்டஸ்.

அதனாலே, இந்த ஸிடிலே உயரமான கட்டடமோ பாக்டரியோ சிம்னியோ கட்டக்கூடாதுன்னு ஆர்டர்...!"

"சரி மேடம்! சிம்னி இல்லாமலேயே கட்டி விடச் சொல்றேன். அந்த மூலையிலே கலாய் பூசறவங்க அடுப்பு போட்டுக்குவாங்க..."

"அது யார் கலாய் பூசறவங்க?" என்று கேட்டாள் மிஸஸ் ராக்.

"பாத்திரங்களுக்கெல்லாம் கலாய் பூசல்லேன்னா, ரசம் மோரெல்லாம் ஸ்பாயிலாயிடும்."

"கலாய் பூசறதுன்னா அது எப்படி?"

"ஈயம் பூசறது மேடம்!"

"ஈயம் எதுக்கு! சில்வர் பூசட்டுமே!"

"ஸில்வர் பூசலாம். சம்பந்திகளுக்கு ஈயம்தான் பிடிக்கும். அவங்க ஏதாவது சொல்லுவாங்க. அப்புறம் வீணா மனஸ்தாபத்திலே முடியும்..."

"வேண்டாம் வேண்டாம்; சம்பந்திங்க இஷ்டப்படியே செஞ்சுடு. அவங்களுக்கு எதுக்கு குறை?... பஞ்ச்! சம்பந்தி சண்டை வரும்னு சொல்லிக்கிட்டிருந்தயே, அது எப்ப வரும்? எனக்குச் சம்பந்திச் சண்டை பார்க்கணும்போல ரொம்ப ஆசையாயிருக்கு பஞ்ச்!" என்றாள் மிஸஸ் ராக்.

"அது எப்ப வேணாலும் வரும் மேடம்! பெண் வீட்டாருக்கும் பிள்ளை வீட்டாருக்கும் தகராறு வந்து பெரிய சண்டையிலே முடிஞ்சுடும். அதனாலே கல்யாணமேகூட நின்னுபோயிடறதும் உண்டு. சவுத் இண்டியாவிலே இது ரொம்பக் காமன்..."

"எதுக்கு சண்டை போடுவாங்க?"

"அது அவங்களுக்கே தெரியாது! திடீர்னு சண்டை வரும். அது எப்படி வரும்? எதுக்காக வரும்? எந்த மாதிரி வரும்? எப்படி முடியும்? என்று யாராலும் சொல்லவே முடியாது."

"இந்தக் கலயாணத்திலேகூட வருமா?"

"ஓ! எந்தக் கல்யாணத்திலேயும் வரும்!"

பஞ்ச்! சண்டை வரச்சே நான் ஒருவேளை தூங்கிக்கிட்டு இருந்தாக்கூட என்னை எழுப்பிவிடு. மறந்துடாதே. சண்டையை நான் பார்க்காமல் மிஸ் பண்ணிவிடக்கூடாது. இவ்வளவு கஷ்டப்பட்டு கல்யாணம் செய்து, சம்பந்தி சண்டை பார்க்கல் லேன்னா என்ன பிரயோஜனம்? ஏன் பஞ்ச்! ஒரு வேளை சண்டையே வராமல் போயிட்டா?..." என்று கவலைப்பட்டாள் மிஸஸ் ராக்.

"கவலைப்படாதீங்க மேடம்! கட்டாயம் வரும்!"

"ஆமாம், கல்யாணப் பெண்ணும் அவங்க கோஷ்டியும் எத்தனை மணிக்கு வராங்க?"

"நைட் பதினோரு மணிக்கு வராங்க. வசந்தாவும், அவள் ஹஸ்பெண்டும்கூட ராத்திரி ப்ளேன்லேதான் வராங்க. நாளைக்கு சுமங்கலிப் பிரார்த்தனையாச்சே!..."

"அவங்களை யார் ரிஸீவ் பண்ணப் போறீங்க?"

"நான், லல்லி, அய்யாசாமி, மிஸஸ் மூர்த்தி, கேதரின், லோரிட்டா எல்லோரும் போய் அழைச்சுக்கிட்டு வந்துவிடுகிறோம்."

"நானும் வரணுமா, ஏர்போர்ட்டுக்கு?"

"வேண்டாம், ஏற்கெனவே நீங்க அலைஞ்சு அலைஞ்சு ரொம்ப டயர்டா போயிருக்கீங்க. இந்த ஒரு மாசத்திலே உங்க உடம்பே துரும்பா இளைச்சுப் போச்சு மேடம்" என்றான் பஞ்சு.

"பட்டுப் புடவை, சரிகை வேஷ்டி எல்லாம் வந்தாச்சா?"

"இரண்டாயிரம் ஸாரீஸூம், மூவாயிரம் வேஷ்டீஸூம் மார்னிங்கே வந்தாச்சு. காஷ்மீர், பனாரஸ் வெரைட்டி மட்டும் நாளைக்கு வரது. உங்களுக்கு மட்டும் மேடம், ஸ்பெஷல் தறி போடச் சொல்லி ஒரு புடவை வரவழைச்சிருக்கேன். க்வீன் எலிசபெத் இண்டியாவுக்குப் போனப்போ கொடுத்தாங்களே, அந்த மாதிரி ஸாரி!" என்றான் பஞ்சு.

"வெரிகுட்! எங்கே புடவைகளைக்கொண்டு வரச்சொல்லு பார்க்கலாம்" என்று கூறி நாற்காலியில் அமர்ந்து கொண்டாள் மிஸஸ் ராக். பஞ்சு ஒவ்வொரு புடவையாக எடுத்துக் காண்பித்தான்.

"பியூட்டிபுல் பார்டர்ஸ்! அட்ராக்டிவ் கலர்ஸ்!" என்று வியந்தாள் மிஸஸ் ராக்.

"எல்லாம் பதினெட்டு முழம் மேடம்! முழம் போட்டுப் பார்க்கிறீர்களா?"

"பதினெட்டு முழம்னா எத்தனை யார்ட்?"

"ஒன்பது கெஜம்!"

"ஒன்பது யார்ட்னா ரொம்ப தூரம் நடந்துபோய் முழம் போட வேண்டியிருக்குமே. காலையிலேருந்து அலைஞ்சு அலைஞ்சு என் காலெல்லாம் வலிக்குது பஞ்ச்! அதனாலே இப்ப என்னாலே ஒன்பது கெஜ தூரம் நடக்க முடியாது" என்று கூறிவிட்டாள் மிஸஸ் ராக்.

"நீங்க நடக்க வேணாம் மேடம்! நாற்காலியில் உட்கார்ந்துகொண்டே முழம் போடுங்க. மிஸஸ் மூர்த்தி அந்தப் பக்கம் பிடிச்சுக்குவாங்க. நீங்க முழம் போடப்போட அவங்க உங்ககிட்டே நடந்துவருவாங்க" என்றான் பஞ்சு.

"வெரிகுட் ஐடியா, பஞ்ச்! உனக்கு எப்படித்தான் தோணுதோ இந்த ஐடியாவெல்லாம்!" என்று வியந்தாள் மிஸஸ் ராக். பின்னர், மிஸஸ் மூர்த்தி புடவையைப் பிடித்துக்கொள்ள, ராக்ஃபெல்லர் மாமி உட்கார்ந்த படியே முழம் போட்டுப் பார்த்துவிட்டு, "ரொம்பக் கரெக்டா இருக்குது. கேதரின், லோரிட்டா, லோசனா எல்லோருக்கும் இதே மாதிரி புடவைங்களுக்கு ஆர்டர் பண்ணியிருக்கியா?" என்று கேட்டாள்.

"ஓ! காஞ்சிபுரத்தையே ஏற்றி அனுப்பச்சொல்லியிருக்கிறேன். எந்த ரகம் பிடிக்குதோ அதை எடுத்துக்கலாம்" என்றான் பஞ்சு.

"டயமாச்சு. ஐந்து மணிக்கு எல்லோரும் ஏர்போர்ட் போகணும். மாப்பிள்ளை வரார். நீங்க எல்லோரும் ரெடியா இருங்கோ. இதோ வந்துடறேன்" என்று கூறிவிட்டுக் காரில் ஏறிச் சென்றாள் மிஸஸ் ராக்.

பெண்டுகள் அவசர அவசரமாக அலங்காரத்தில் ஈடுபடலானார்கள்.

'ஆச்சா, போச்சா?' என்று குறுக்கும் நெடுக்கும் பறந்து கொண்டிருந்த பஞ்சு, "இந்த லேடீஸ் இப்படித்தான்; வெளியே புறப்படணும்னா சட்டென்று புறப்பட முடியாது உங்களால்" என்று விரட்டினான்.

எல்லோரும் தலை பின்னிக்கொண்டாகிவிட்டது. பூ வந்ததும், புறப்பட வேண்டியதுதான்" என்றாள் அத்தை.

"பூ வண்டி வந்து அரை மணியாச்சு. தஞ்சாவூர் கதம்பம், மல்லி, முல்லை, ரோஜா, கனகாம்பரம், தாழம்பு எல்லாம் வந்திருக்கின்றன. வேண்டியதை எடுத்துக்கொள்ளுங்கள். நாலு கூடை புஷ்பங்களை சம்பந்தி வீட்டுக்கு அனுப்ப வேண்டும். எல்லாவற்றையும் தீர்த்து விடாதீர்கள்!" என்றான் பஞ்சு.

டாஞ்சூர் ஃப்ளவர் பஞ்சைக் கண்டதும் லோரிட்டாவுக்கு சந்தோஷம் தாங்கவில்லை. அதை ஆசையோடு எடுத்துத் தன் தலையில் சுற்றிக்கொண்டு, 'இன்றைக்கு நைட் வசந்தா வரப்போகிறாள்! கமர்கட் கொண்டுவருவாள், என் பாடு ஜாலி!' என்று மகிழ்ச்சி பொங்கத் துள்ளினாள் அவள்.

"டயம் மூணு - நாற்பது; அம்மாஞ்சி எங்கே? நேரமாச்சே! வைதிகாளை ரிஸீவ் பண்றதுக்கு ஏர்போர்ட்டுக்குப் புறப்பட வேண்டாமா?" என்றான் பஞ்சு.

"அம்மாஞ்சியும், சாஸ்திரியும் தோட்டத்தில் சூளை போட்டுக்கொண்டிருக்கிறார்கள்" என்றார் அய்யாசாமி.

"சூளையா? எதுக்கு?" என்று கேட்டான் பஞ்சு.

"விபூதி சூளை! நாலு நாளாகச் சாண உருண்டைகளை உருட்டி உருட்டிக் காய வைத்துக்கொண்டிருந்தாரே, அதையெல்லாம் ஓரிடத்தில் கும்பலாக வைத்து பஸ்மம் பண்ணிக்கொண்டிருக்கிறார். ஆயிரம் வைதிகாளுக்கும் விபூதி சப்ளை செய்யணுமாம். அதுக்காகத்தான்..." என்றார் அய்யாசாமி.

"அவரைக் கூப்பிடு இங்கே! இப்பதானா நேரம் கிடைச்சது அதுக்கு?" என்று அதட்டல் போட்டான் பஞ்சு.

"பஞ்சு! மெட்ராஸிலேருந்து கால் வந்திருக்கு! பாப்ஜி கூப்பிடுகிறாராம்" என்றார் அய்யாசாமி.

பஞ்சு டெலிபோனை எடுத்துப் பேசினான்.

"ஹல்லோ! பாப்ஜி பேசறேன்..."

"என்ன பாப்ஜி?"

"சாஸ்திரிகள், நாகஸ்வரக்காரர்கள் எல்லாம் வந்து சேர்ந்தாச்சா?"

"ஓ, இப்பத்தான் வந்தாங்க. ஐந்து மணிக்கு மாப்பிள்ளை வருகிறார். நாளைக்கு பூ வண்டி வரச்சே வெற்றிலையும் பாக்கும் கொஞ்சம் அதிகமாகவே அனுப்பி வை. நீ இருபத்தெட்டாம் தேதி புறப்பட்டு வருகிறாயா? ராக்ஃபெல்லர் மாமி உன்னிடம் ஸ்பெஷலா சொல்லச் சொன்னா."

பார்க்கலாம்... இருபத்தாறாம் தேதி, இருபத்தேழாம் தேதி இந்த இரண்டு நாளும் மெட்ராஸ், பம்பாய், கல்கத்தா, டில்லி, கோயம்புத்தூர், திருச்சி, மதுரை இந்த ஏழு இடத்திலேருந்தும் ஸ்பெஷல் விமானங்கள் விடறதுக்கு ஏற்பாடு செய்யணும். இங்கே ஏகப்பட்ட பேர் வாஷிங்டன் வரணும்னு ஆசைப்படறாங்க..."

"ஓ... எஸ்! அதுக்கென்ன, ஏற்பாடு பண்ணிடறேன்."

"வைதிகாள் போதுமா? கிருஷ்ணப்ப நாய்க்கன் அக்ரகாரத்திலே இன்னும் கொஞ்சம் பேர் இருக்காங்க. அவாளையும் அனுப்பி வைக்கட்டுமா?"

"போதும் போதும்! இப்பவே இங்கே வைதிகாள் கூட்டம் நிறைஞ்சு போச்சு."

"சரி, மறுபடியும் நாளைக்குப் பேசுவோம்."

மாப்பிள்ளை வரப்போகிற செய்தி இதற்குள் வாஷிங்டன் முழுவதும் பரவி விடவே, ஏர்போர்ட்டில் ஏகக் கூட்டம் கூடிவிட்டது.

பத்திரிகை நிருபர்களும், புகைப்படக்காரர்களும் குறுக்கும் நெடுக்கும் அலைந்துகொண்டிருந்தார்கள்.

சரியாக ஐந்து மணிக்கு சம்பந்தி விமானங்கள் வந்து நின்றன.

நாகஸ்வரக்காரர்கள் சக்கை போடு போட்டு, விமான நிலையத்தையே திருவிழாக் கோலமாக்கிக்கொண்டிருந்தனர். விமானத்திலிருந்து மாப்பிள்ளை ராஜகோபாலன்தான் முதலில் இறங்கி வந்தார்.

தயாராக வைத்திருந்த மலர் மாலையை எடுத்து மிஸஸ் ராக்ஃபெல்லரிடம் கொடுத்தான் பஞ்சு. அந்தச் சீமாட்டி மாலையை வாங்கி மாப்பிள்ளையின் கழுத்தில் போட்டுக் கை குலுக்கியபோது பத்திரிகையாளர்கள் படமெடுத்துக்கொண்டனர்.

மாப்பிள்ளை வெளியே செல்ல முடியாதபடி கூட்டம் அவரைச் சூழ்ந்துகொண்டு விடவே, போலீஸார் வந்து வழி செய்துகொடுக்க வேண்டியதாயிற்று.

நிருபர்கள் மாப்பிள்ளையைச் சுற்றி நின்றுகொண்டு கேள்வி கேட்கத் தொடங்கவே, "பிரைட்க்ரூம் ரொம்ப டயர்ட்! அவரை யாரும் தொந்தரவு செய்யாதீங்க. நாளைக்குத்தான் பிரஸ்காரர்களுக்குப் பேட்டி. வழிவிடுங்க" என்று கூறிய மிஸஸ் ராக், மாப்பிள்ளையைத் தன் காரில் ஏற்றிக்கொண்டு புறப்பட்டுவிட்டாள்.

கார், டம்பர்ட்டன் ஓக்ஸ் வாசலில் போய் நின்றதும் மாமியும், அத்தையும் வெளியே வந்து ஆரத்தி சுற்றிக்கொட்டினார்கள். மிஸஸ் ராக்ஃபெல்லரும், அவருடைய உறவினர்களும் ஆரத்தி சுற்றுவதை அதிசயத்துடன் பார்த்துக்கொண்டே 'கலர்டு வாட்டர்!' என்றனர்.

அன்று மாலை வெளியான 'டெய்லி நியூஸ்', 'ஈவினிங் ஸ்டார்' முதலிய பத்திரிகைகளில் பரபரப்பான செய்திகள் பிரசுரமாகியிருந்தன.

பிரைட்க்ரூம் அண்ட் பார்ட்டி அரைவ்!

ஆர். ஸ்ட்ரீட் பிஸி வித் மேரேஜ் பிரபரேஷன்ஸ்!

தௌஸண்ட்ஸ் ஆப் ஸாஸ்ட்ரீஸ் ரோமிங் அபௌட் வாஷிங்டன்!

பிரைட்க்ரூம் ஈஸ் ஹேவிங் எ ஸ்மால் மோல் ஆன் தி ரைட் சீக்!

'ஷம்பந்தி ஷண்டய்' எக்ஸ்பெக்டட் எனி மோமெண்ட்!

9

“மணி என்ன? நவார்த்தம் இருக்குமா?” என்று கேட்டார் சாம்பசிவ சாஸ்திரி.

இங்கிலீஷ் பேசுமய்யா. இது வாஷிங்டன். நவார்த்தமாம், நவார்த்தம்! நைன் தர்ட்டி என்று சொல்லுமேன்” என்றார் அம்மாஞ்சி.

“ராக்ஃபெல்லர் மாமி ஆளுக்கு ஒரு ரிஸ்ட் வாட்ச் வாங்கிக் கொடுத்தால் சௌகரியமாயிருக்கும்” என்றார் இன்னொரு சாஸ்திரி.

நமக்கெல்லாம் வயிற்றிலே கடிகாரம் இருக்கிறபோது தனியாக ரிஸ்ட் வாட்ச் எதற்கு?” என்று கேட்டார் அம்மாஞ்சி.

ஜார்ஜ் டவுனில் எங்கே பார்த்தாலும் வைதிகர்களும், கல்யாணத்துக்கு வந்துள்ளவர்களும்தான் கண்ணில் பட்டனர். அதைப் பார்த்தபோது, பம்பாயில் உள்ள மாதுங்காவைப்போல் வாஷிங்டனிலும் ஒரு தென்னிந்தியக் காலனி ஏற்பட்டு விட்டதோ என்று நினைக்கத் தோன்றியது.

புதுப் பந்தலின் மணமும், நாகஸ்வர இசையும், குழந்தைகளின் கும்மாளமும் சேர்ந்து, முகூர்த்த நாள் நெருங்கிவிட்டதை உணர்த்திக்கொண்டிருந்தன.

பஞ்சு நின்ற இடத்தில் நிற்காமல் பறந்துகொண்டிருந்தான். யாருக்கு எது வேண்டுமானாலும் 'பஞ்சு, பஞ்சு' என்று அவனையே தேடி அலைந்தனர்.

"பஞ்சு ஸாரை இப்போதுதானே சம்மர் ஹவுஸில் பார்த்தேன்?" என்பார் ஒருவர்.

"டம்பர்ட்டன் ஓக்ஸில் மேளக்காரர்களிடம் பேசிக்கொண்டிருக்கிறாரே"என்பார்இன்னொருவர்.அங்கேபோய்ப்பார்ப்பதற்குள் அவன் வேறொரு இடத்துக்குப் பறந்துவிட்டிருப்பான்!

"பஞ்சு என்று ரொம்பப் பொருத்தமாகத்தான் பேர் வைத்திருக்கிறார்கள். பஞ்சாய்ப் பறந்து கொண்டிருக்கிறாரே!" என்றார் அம்மாஞ்சி.

ராக்ஃபெல்லர் மாமிக்கு நடந்து நடந்து கால் வீங்கிவிட்டது. அத்தையும், பாட்டியும் அந்தச் சீமாட்டியின் காலில் விளக்கெண்ணெய்த் தடவி வெந்நீர் ஒத்தடம் கொடுத்தபடியே, "நீங்க இப்படி அலையக்கூடாது. பஞ்சு இருக்கான். பார்த்துக் கொள்கிறான். உங்க கால் எப்படி வீங்கிப் போச்சு பாருங்க" என்று வருத்தப்பட்டனர்.

"இப்ப நீங்க என்ன செய்யறீங்க?" என்று கேட்டாள் மிஸஸ் ராக்.

"எங்களுக்குத் தெரிந்த கை வைத்தியத்தைச் செய்கிறோம்" என்றாள் அத்தை.

"கால் வீங்கிப் போயிருக்கப்போ கை வைத்தியம் செய்தால் எப்படி? கால் வைத்தியமாகச் செய்யுங்க!" என்றாள் திருமதி ராக்ஃபெல்லர்.

அப்போதுதான் அந்தப் பக்கமாக வந்தான் பஞ்சு.

"பஞ்ச்! நாரிக்ரூவாஸ் எத்தனை மணிக்கு வராங்க?" என்று கேட்டாள் மிஸஸ் ராக்.

த்ரீ ஓ கிளாக்குக்கு வராங்க, மேடம்! நீங்க ஏர்போர்ட்டுக்கு வரவேண்டாம். உங்களாலே முடியாது. ஏற்கெனவே கால் வீங்கிப் போயிருக்கு" என்றான் பஞ்சு.

"நோ! நோ! அதெல்லாம் முடியாது. நான் வரத்தான் போகிறேன். மகாராஜாஸ் வரப்போ ஏர்போர்ட்டுக்குப் போய்

ரிஸீவ் பண்றதுதான் மரியாதை. இதுக்காகத்தானே என் ஹஸ்பெண்ட்கூட இரண்டு நாள் முன்னாடியே வந்திருக்கிறார்" என்றாள் மிஸஸ் ராக்.

"சரி மேடம்!" என்று கூறிவிட்டுச் சென்றான் பஞ்சு.

விமானக் கூடத்திலிருந்து ஜார்ஜ் டவுன் போய்ச் சேருகிற வரை வழியெங்கும் அமெரிக்க மக்கள் பெரும் கூட்டமாகக் கூடி நின்று நாரிக்ரூவாஸின் வருகையை ஆவலுடன் எதிர்பார்த்துக்கொண்டிருந்தனர்.

'நாரிக்ரூவாஸ்', 'ஜான்வாஸ்', 'ஷம்பந்தி ஷண்டய்', 'முகூரட்' - இந்த நான்கு அயிட்டங்களையும் காண்பதற்காகப் பல்லாயிரக்கணக்கான பேர் வெளியூர்களிலிருந்தெல்லாம் வந்திருந்தார்கள்.

நாரிக்ரூவாஸைக் கண்டால் நாய்கள் குரைக்கும் என்ற செய்திதான் அவ்வளவு பேருடைய ஆவலுக்கும் பரபரப்புக்கும் காரணம்!

ராக்ஃபெல்லர் தம்பதியர் தங்களுடைய உயர்ந்த ஜாதி நாய்களுடன் விமான கூடத்தில் இரண்டு மணியிலிருந்தே காத்திருந்தனர்.

சரியாக மூன்று மணிக்கு விமானங்கள் ஒவ்வொன்றாகக் கீழிறங்கி வந்தன. அவற்றிலிருந்து இறங்கி வந்த பேவ்மெண்ட் மகாராஜாக்களுக்கு மாலை போட்டு வரவேற்றான் பஞ்சு. நரிக்குறவர்களைக் கண்ட மிஸஸ் ராக்ஃபெல்லர் "பேவ்மெண்ட் மகாராஜாஸ் ஏன் இப்படி இருக்காங்க? நல்லாவே டிரஸ் செய்துகொள்ளவில்லையே?" என்று கேட்டாள்.

"அவங்க அப்படித்தான் மேடம்! ரொம்ப ஸிம்பிளாத்தான் டிரஸ் செய்துக்குவாங்க. ரொம்பச் சிக்கனமாயிருப்பதால்தான் மகாராஜாவாயிருக்காங்க!" என்று பதில் கூறினான் பஞ்சு.

இதற்குள் நாய்களுடன் வந்திருந்த பிரமுகர்கள் முன்னால் நெருங்கி வந்து, தங்கள் நாய்களுக்கு நரிக்குறவர்களை தரிசனம்செய்து வைத்தார்கள். அந்த உயர்ந்த ஜாதி நாய்கள் நரிக்குறவர்களைக் கண்டு குரைக்கவே இல்லை. அவை வாயை

மூடிக்கொண்டு மௌனமாக இருந்துவிடவே, அத்தனை பேரும் மிகுந்த ஏமாற்றத்துக்குள்ளாயினர்.

மிஸஸ் ராக்ஃபெல்லரின் முகத்தில் ஈயாடவில்லை. அந்தச் சீமாட்டியின் முகத்தில் விழிப்பதற்கே பஞ்சு வெட்கப்பட்டான்.

“டோண்ட் ஒர்ரி பஞ்ச்! ஒருவேளை நாளைக்குக் குரைத்தாலும் குரைக்கலாம்” என்றாள் மிஸஸ் ராக்.

“இந்த ஊர் டாக்ஸுங்க என் மூஞ்சியிலே கரி பூசிட்டுதுங்க மேடம்!” என்று தலை குனிந்தான் பஞ்சு.

நாய்கள் குறைக்காதது நரிக்குறவர்களுக்கே புதிய அனுபவமாயிருந்தது! தங்களைக் கண்டு ஒரு நாய் கூடக் குரைக்கவில்லை என்பதை எண்ணியபோது அவர்களால் அதை நம்பவே முடியவில்லை!

“வாஷிங்டன்லே நாமெல்லாம் நிம்மஷியா ஊஷி விக்கலாம். ஒரு நாய் கூடக் குரைக்கவில்லை!” என்று அவர்களுக்குள் பேசிக்கொண்டனர்.

பஞ்சு, நரிக்குறத்தி ஒருத்தியை அணுகி, “பாட்டு ஒன்று பாடம்மா! அப்போதாவது இந்த நாய்கள் குரைக்கின்றனவா பார்க்கலாம்” என்றான்.

நரிக்குறத்தி, “தல்லாலே தல்லாலே தல்லாலே” என்று வனஸ்பதி டப்பாவைத் தட்டித் தாளம் போட்டபடி ஆடிப் பாடினாள். பிறகு, ‘ட்டா, டடடா’ பாட்டுப் பாடித் தட்டாமலை சுற்றினாள். அப்புறம் ஹிந்தி ட்யூனில் ‘லாரல்லப்பா’ என்ற பாட்டைப் பாடினாள்.

ஊஹூம். அந்த நாய்கள் எதற்கும் மசியவில்லை. மிஸஸ் ராக்ஃபெல்லருக்கு நாய்கள் குறைக்கவில்லையே என்ற வருத்தம் ஒரு பக்கம் இருந்தபோதிலும், ‘பஞ்ச் இந்த மகாராணிகளை எப்படி ஆட்டி வைக்கிறான்!’ என்று மனதுக்குள் வியந்துகொண்டாள்.

“நாரிக்ரூவாஸ் இன் வாஷிங்டன்!”

“டாக்ஸ் கீப் மம்!”

“கிரேட் டிஸப்பாயின்ட்மென்ட் டு மிஸஸ் ராக்ஃபெல்லர்!”

“மிஸ்டர் பஞ்ச் இச் அப்ஸெட்!”

என்று பத்திரிகைகளில் செய்தி வெளியாயிற்று. நரிக்குறவர்களை ஒரு வழியாக ஜார்ஜ் டவுனில்கொண்டு போய்ச் சேர்த்தான் பஞ்சு. உள்ளம் சோர்ந்து போயிருந்த அவன் களைப்புத் தீரச் சற்று நேரம் ஓய்வுபெற எண்ணித் தன் அறையில் போய் உட்கார்ந்ததுதான் தாமதம், டெலிபோன் மணி அடித்தது. மெட்ராஸிலிருந்து பாப்ஜி பேசினான்.

என்ன பஞ்சு! நரிக்குறவர்கள் வந்து சேர்ந்துவிட்டார்களா?" என்று கேட்டான் பாப்ஜி.

"வந்துவிட்டார்களடா! ஆனால் நாய்கள்தான் குரைக்கவில்லை. மிஸஸ் ராக்ஃபெல்லர் முகத்தில் விழிக்கவே எனக்கு வெட்கமாகிவிட்டது. நாய்கள் குரைக்கப் போகிற தமாஷைப்பற்றி அவர் தம்முடைய சிநேகிதர்கள், உறவினர்களிடமெல்லாம் சொல்லிச் சொல்லி பெருமை அடித்துக்கொண்டிருந்தார். பாவம்! அவர்களுக்கெல்லாம் இப்போது பெரிய ஏமாற்றம்! என்னைப்பற்றி பேப்பர்லே வேறு போட்டுவிட்டார்கள்!" என்று அழமாட்டாக் குறையாகச் சொன்னான் பஞ்சு.

"ஒரு நாய் கூடவா குரைக்கல்லே?" என்று வியப்புடன் கேட்டான் பாப்ஜி.

"சாதாரணமாக குரைக்கிற நாய்கூட நரிக்குறவர்களைக் கண்டதும் வாயடைத்துப் போய்விட்டன" என்று வருத்தத்துடன் கூறினான் பஞ்சு.

"கவலைப்படாதே! இங்கிருந்து நாளைக்கே நூறு நாய்களைப் பிடிச்சு ப்ளேனில் அனுப்பிவைக்கிறேன்" என்று உறுதி கூறினான் பாப்ஜி.

"சேர்ந்தாற்போல் நூறு நாய்களுக்கு நீ என்னடா செய்வாய்?" என்று கேட்டான் பஞ்சு.

"நாய்களுக்குத்தானா இங்கே பஞ்சம்? கார்ப்பரேஷனுக்குப் போன் செய்து லைசென்ஸ் இல்லாத நாய்களைப் பிடித்துக் கொடுக்கச் சொன்னால் கொடுக்கிறார்கள். பணத்தை வீசினால் எல்லாம் நடக்கும். நாய் விற்ற காசு குரைக்குமா என்ன?" என்றான் பாப்ஜி.

"நாய்கள் குரைக்காதபோது...!" என்றான் பஞ்சு.

“கவலைப்படாதே! கண்டிப்பாய் நாளைக்குள் அனுப்பி வைக்கிறேன். இண்டியாவிலிருந்து நாளைக்கு நூறு நாய்கள் வரப்போவதாகப் பிரஸ்காரர்களிடம் சொல்லிவிடு” என்றான் பாப்ஜி.

அவ்வளவுதான், பஞ்சு குதூகலம் தாங்காமல் திருமதி ராக்ஃபெல்லரிடம் ஓடிச் சென்று, “மேடம்! நாளைக்கு நூறு நாய்கள் மெட்ராஸிலிருந்து வருகின்றன!” என்றான்.

“அப்படியா? வெரி ஹாபி! ரொம்ப சந்தோஷம்! ஜான்வாசம் போகிறபோது அந்தந்த ரூட்டிலே அவங்களை யாராவது பிடிச்சுக்கிட்டு நிக்கறதுக்கு ஏற்பாடு செய்துடு. நாய்களுக்கெல்லாம் என்ன ஆகாரம் போடப் போறே?” என்று கேட்டாள் மிஸஸ் ராக்.

“டாக் பிஸ்கட்டுங்கதான்... வேற என்ன?”

“உங்க ஊர் டாக்ஸுங்களுக்கு வாய்ஸ் எப்படி இருக்கும்?” என்று கேட்டாள் மிஸஸ் ராக்.

“ரொம்பப் பிரமாதமாயிருக்கும். ஆனால் கொஞ்சம் நாய்ஸா இருக்கும். அவ்வளவுதான்” என்றான் பஞ்சு.

ஜார்ஜ் டவுனுக்கும் வாஷிங்டன் கேபிடலுக்கும் இடையே அழகுமிக்க பென்ஸில்வேனியா அவென்யூ செல்கிறது. ஜார்ஜ் டவுனிலிருந்து அந்த அவென்யூ வழியாகச் சென்றால் கான்ஸ்டிட்டியூஷன் அவென்யூ என்னும் கம்பீரமான ராஜபாட்டையைச் சந்திக்கலாம். கிழக்கு மேற்காகச் செல்லும் அந்த அவென்யூவில் திரும்பி மேற்கு பக்கம் நடந்தால் லிங்கன் மெமோரியலை அடையலாம்.

அந்த ரூட்டில்தான் ஜானவாச ஊர்வலத்தை நடத்துவதற்கு திருமதி ராக்ஃபெல்லர் ஏற்பாடு செய்திருந்தார்.

ஜானவாசத்தைக் காண்பதற்காகப் பல பேர் முன்கூட்டியே அந்த ரூட்டிலே உள்ள கட்டடங்களில் இடம் பிடித்து வைத்துக்கொண்டார்கள்.

ஜானவாச ஊர்வலம் இரவு ஒன்பது மணிக்குப் புறப்படுவதெனத் தீர்மானிக்கப்பட்டது.

‘சம்பிரதாயப்படி ஒரு கோவிலுக்கும் போகாமல் ஜானவாசம் புறப்படக்கூடாது’ என்றொரு பிரச்னையைக் கிளப்பினார் பிள்ளைக்கு மாமா. ராக்ஃபெல்லர் பிரபுவைத் தனக்கு அறிமுகப்படுத்திவைக்கவில்லைஎன்றுஅவருக்குகாலையிலிருந்தே கோபம். அந்தக் கோபத்தை மனத்தில் வைத்துக்கொண்டு அவர் சண்டைக்குக் கால்கொட்டிக்கொண்டிருந்தார்.

“இவ்வளவு லேட்டாக இந்தப் பிரச்னையைக் கிளப்பினால் எப்படி?” என்று காரமாகவே கேட்டான் பஞ்சு.

“எனக்கு அதெல்லாம் தெரியாது. கோயிலுக்குப் போகாமல் ஜானவாசம் நடக்கக்கூடாது. அவ்வளவுதான்!” என்று கூறிவிட்டுப் போய்விட்டார் மாமா. உடனே பஞ்சு, அம்மாஞ்சியை அழைத்து ஆலோசித்தான்.

“இதென்ன பிரமாதம்! பாப்ஜிக்கு போன் செய்து இன்றைக்கே ஒரு பிள்ளையாரையும், கொத்தனாரையும் அனுப்பி வைக்கச் சொல்லுங்கள். டம்பர்ட்டன் ஓக்ஸுக்கு வடக்குப் பக்கத்தில் ‘லவர்ஸ் லேன்’னு ஒரு சந்து இருக்கிறது. அந்த லேன்லே சின்னதா ஒரு கோயிலைக் கட்டி முடித்துவிட்டால் போகிறது” என்றார் அம்மாஞ்சி.

மறுநாளே பிள்ளையாரும் கொத்தனாரும் வந்து சேர்ந்தார்கள். அம்மாஞ்சி குறிப்பிட்ட லவர்ஸ் லேனில் பிள்ளையார் கோயில் ஒன்றையும் கட்டி முடித்தார்கள்.

சனிக்கிழமை மாலையே நாய்களும் வந்து சேர்ந்துவிட்டன. அவற்றைக் கண்ட பிறகுதான் பஞ்சுவின் முகத்தில் மகிழ்ச்சி மலர்ந்தது. மிஸஸ் ராக்ஃபெல்லரிடம் ஓடிச் சென்று, “நாய்கள் வந்துவிட்டன மேடம்! பார்க்கிறீர்களா?” என்று கேட்டான்.

“ஓ எஸ்! ஓ எஸ்!” என்று கூறிக்கொண்டே விரைந்தாள் மிஸஸ் ராக்.

நரிக்குறவர்களைக் கண்ட நாய்கள் சக்கைப் போடாகக் குரைத்துக்கொண்டிருப்பதைக் கண்ட மிஸஸ் ராக், “பஞ்ச்! நௌ ஒன்லி ஐ ஆம் ஹாப்பி!” என்றாள்.

ஞாயிற்றுக்கிழமை இரவு ஏழரை மணிக்கே முதல் பந்தி போடத் தொடங்கிவிட்டார்கள். ராக்ஃபெல்லரின் குடும்பத்தினர், உறவினர், நண்பர்கள் - இவர்களுக்கு மட்டும் ஒரு தனி மாளிகையில் விருந்துக்கு ஏற்பாடு செய்யப்பட்டிருந்தது.

கேதரின் ஹஸ்பண்ட் ஹாரி ஹாப்ஸ், 'தென்னிந்தியர்களைப் போலவே நாமும் வேஷ்டி கட்டிக்கொண்டு மணையில் உட்கார்ந்து சாப்பிட வேண்டும்' என்று யோசனை கூறினார். ராக்ஃபெல்லர் பிரபு அதை அமோதிக்கவே எல்லோரும் வேஷ்டி கட்டிக்கொண்டு சாப்பிட உட்கார்ந்தனர்! போளி, அப்பளம், ஆமவடை என்று ஒவ்வொன்றாகப் பரிமாறப்பட்டன. அமெரிக்க நண்பர்கள் அவற்றைத் தொட்டுத் தொட்டுப் பார்த்து அதிசயப்பட்டனர். ஆமவடை கெட்டியாக இருந்தது.

"வடை வெரி ஹார்ட்!" என்றார் ஒருவர்.

"போலி வெரி ஸாப்ட்!" என்றார் இன்னொருவர்.

மிஸஸ் ராக்ஃபெல்லரும் கேதரினும் தங்கள் கையாலேயே அப்பளம் பரிமாறினார்கள்.

அனுபவம் இல்லாததால் பரிமாறும்போது அப்பளங்கள் அவர்கள் கையிலிருந்து கீழே விழுந்து நொறுங்கிக்கொண்டிருந்தன.

ஒவ்வொரு அப்பளமும் உடையும்போதும், "ஸாரி ஸாரி" என்று சொல்லிக்கொண்டிருந்தாள் மிஸஸ் ராக்.

"அபலம் வெரி டெலிகேட் அண்ட் வெரி லைட்!" என்று லேசாகச் சொன்னார் ஒருவர்.

"அது பறந்துபோகாமல் இருக்கத்தானே பேப்பர் வெய்ட் மாதிரி ஆமவடை போட்டிருக்கிறார்கள்?" என்றார் வேறொருவர்.

தொட்டால் உடைந்துவிடுமோ என்று அஞ்சி, பலர் அப்பளத்தை தொடாமலே வைத்திருந்தனர்.

'அப்பளத்தை உடைக்காமல் அப்படியே முழுசாக விழுங்குவது எப்படி?' என்று மண்டையைக் குழப்பிக்கொண்டிருந்தார்கள் வேறு சிலர்.

ஹாரி ஹாப்ஸ் முதலில் சாப்பிட்டுக் காண்பித்தார். அவர் எப்படிச் சாப்பிடுகிறார் என்பதைக் கவனித்துக் காப்பி அடித்தனர் மற்றவர்கள்.

ஜவ்வரிசி பாயசம் பரிமாறப்பட்டது. பாயசத்தில் கூட்டம் கூட்டமாக மிதந்த வழவழப்பான ஜவ்வரிசிகளைக் கையில் எடுக்க முடியாமல் திணறினார்கள் பலர். இரண்டு விரல்களால் அவற்றைப் பிடித்துவிட வெகு பாடுபட்டார் ஒருவர். அவை கையில் அகப்படாமல் நழுவிக்கொண்டேயிருந்தன. மற்றொருவர், தம்முடைய ஆள்காட்டி விரலால் ஒரு ஜவ்வரிசியை எப்படியோ அமுக்கிப் பிடித்துவிட்டார்! ஆனால் அவரால் அதைக் கையில் எடுக்க முடியவில்லை. விரலை எடுத்தால் ஜவ்வரிசி வழுக்கிக்கொண்டு போய்விடும் என்று தோன்றவே, ஜவ்வரிசியை அமுக்கிப் பிடித்தபடியே பக்கத்தில் இருந்தவரிடம் 'ஹெல்ப் ஹெல்ப்!' என்று கெஞ்சினார்.

இன்னொரு பிரமுகர் ஜவ்வரிசிகளைப் பிடிக்கும் முயற்சியில் ஈடுபட்டிருந்தபோது கை வழுக்கி விடவே, தலைகுப்புறக் கவிழ்ந்து இலை மீது விழுந்துவிட்டார். மற்றொரு பிரமுகர் குண்டூசியால் ஜவ்வரிசிகளைக் குத்திக் குத்தி ஒவ்வொன்றாக எடுத்துக்கொண்டிருந்தார்.

கடைசியில் ஒருவிதமாக எல்லோரும் சாப்பிட்டு முடிந்ததும் குறித்த நேரத்தில் ஜானவாசம் புறப்பட்டது.

முதலில் சம்மர் ஹவுஸிலிருந்து பெண்டுகள் வெளியே வந்து காரில் ஏறிக்கொண்டனர். ஊதுவத்திகளின் மணமும், புஷ்பங்களின் வாசனையும் சேர்ந்து எல்லோர் இதயத்திலும் வசந்தத்தின் இனிமையை நிரப்பின.

லல்லி மிகவும் கவர்ச்சிகரமான உடை அணிந்து கையில் கற்கண்டுத் தட்டுடன் புறப்பட்டபோது, பஞ்சு அவளை அர்த்த புஷ்டியோடு பார்த்துச் சிரித்தான்.

வசந்தாவும், லோரிட்டாவும் பகட்டான உடை அணிந்து பட்டாம் பூச்சிகளைப்போல் மிதந்துகொண்டிருந்தார்கள். மணப்பெண் ருக்மிணி, மாடி ஜன்னல் வழியாக எல்லாவற்றையும் கவனித்துக்கொண்டிருந்தாள்.

“நீயும் வாயேன், ஜானவாசம் பார்க்கலாம்” என்று மணப்பெண்ணை அழைத்தாள் லோரிட்டா.

“அவள் வந்தால் மாப்பிள்ளை வெட்கப்படுவார். அதனால் அவள் வேண்டாம்” என்றாள் விஷயம் தெரிந்த வசந்தா. எல்லோரும் காரில் ஏறிக்கொண்டு லிங்கன் மண்டபத்தை அடைந்தனர்.

அந்தப் பளிங்கு மண்டபத்தின் படிக்கட்டுகள் மீது ஏறிச் சென்று விசாலமான தாழ்வாரத்தில் அமர்ந்தனர். மண்டபத்துக்கு எதிரே தடாகங்களும், அவற்றில் பிரதிபலித்த ஒளி விளக்குகளும், பழுப்பும் மஞ்சளுமாகச் செர்ரி மரங்கள் பூத்துக் குலுங்கும் காட்சியும், அரம்பையர் நடமாட்டமும் அந்த இடத்தைச் சொப்பனபுரியாக மாற்றியிருந்தன.

“நாழி ஆகிறதே! ஆசீர்வாதம் ஆரம்பிக்கலாமா?” என்று கேட்டார் அப்பு சாஸ்திரிகள்.

அம்மாஞ்சி வாத்தியார், மாப்பிள்ளைக்கு ஸ்பெஷலாகத் தைத்து வைத்திருந்த அமெரிக்கன் பாட்டர்ன் டெர்ரிலின் ஸூட்டை எடுத்து வைத்தார். ‘கனம்’ ஒன்றைக் கம்பீரமாக ஓதி, மாப்பிள்ளை டிரஸ்ஸை ஆசீர்வாதம் செய்துகொடுத்தார் சாஸ்திரிகள்.

பிறகு எல்லோருக்கும் சந்தனமும், கற்கண்டும், புஷ்பமும், தாம்பூலமும் வழங்கப்பட்டன. வேஷ்டி அங்கவஸ்திரத்துடன் காட்சி அளித்த அமெரிக்கப் பிரமுகர்கள் லிக்விட் ஸாண்டலைப் பூசிக்கொண்டு ஒருவரை ஒருவர் தமாஷ் செய்துகொண்டிருந்தனர்.

மாப்பிள்ளை ராஜகோபாலன் புதிய டிரஸ்ஸை அணிந்துகொண்டதும் எல்லோருக்கும் நமஸ்காரம் செய்து முடித்தான்.

“சரி, நேரமாச்சு புறப்படுங்கோ” என்று துரிதபடுத்தினான் பஞ்சு.

ஜானவாசம் புறப்பட்டது.

நாகஸ்வரக்காரர்களும், பாண்டு வாத்தியக்காரர்களும் எல்லோருக்கும் முன்னால் சென்றனர். அவர்களுக்குப் பக்கத்தில் நரிக்குறவர்கள் தலையில் காஸ் லைட்டுகளைத் தூக்கி வைத்துக்கொண்டு நகர்ந்தனர். காருக்கு முன்னால் புருஷர்கள்

கூட்டம் சென்றது. அவர்களில் சிலர் கையில் பன்னீர்ச் செம்புடன் கம்பீரமாக நடந்தனர்.

எல்லோருக்கும் நடுநாயகமாக, அலங்காரம் செய்யப்பட்ட காரில் அமர்ந்திருந்தார் மாப்பிள்ளை. குழந்தைகள் கூட்டம் மாப்பிள்ளையைச் சுற்றிலும் உட்கார்ந்திருந்தது.

வெங்கிட்டு தன் நண்பனிடம், “அதோ கார் பக்கத்திலே நிற்கிறாரே, அவர் தாண்டா ராக்ஃபெல்லர் மாமா! போட்டோ எடுக்கிறாரே, அவர் தான் மாப்பிள்ளைத் தோழன்” என்று சுட்டிக் காட்டிக்கொண்டிருந்தான்.

நாகஸ்வரக்காரர்கள் நாட்டையில் ஆலாபனை செய்ய, கூட்டத்தினர் ஆங்காங்கே நின்று நகர்ந்துகொண்டிருந்தார்கள். பாண்டு வாத்தியக் கோஷ்டியினர் ஷண்முகப் பிரியாவில் இழைத்தபடியே அவர்களை முந்திச்சென்றுகொண்டிருந்தனர். பஞ்சு அவ்வப்போது முன்னால் சென்று, வாத்தியக்காரர்களை நகர்த்திக்கொண்டிருந்தான்.

அழகும், ஆடம்பரமும் மிக்க கான்ஸ்டிட்யூஷன் அவென்யூவிலும், பென்சில்வேனியா அவென்யூவிலும் கூடியிருந்த கூட்டத்தைச் சொல்லி முடியாது.

நாரிக்குவாஸைக் கண்டதும் நாய்கள் பிரமாதமாகக் குரைக்கத் தொடங்கின. அதைக் கண்டபோது அமெரிக்க மக்கள் அடைந்த ஆனந்தத்துக்கு அளவே இல்லை.

ஊர்வலக் காட்சிகளையும், நாய்கள் குரைப்பதையும் டெலிவிஷனில் எடுத்துக்கொண்டார்கள்.

வாண வேடிக்கை அமர்க்களங்களுடன் ஜாம் ஜாம் என்று புறப்பட்ட ஜானவாச ஊர்வலம், ஜார்ஜ் டவுனில் போய் முடிவதற்குள் மணி பன்னிரண்டு ஆகிவிட்டது.

கடைசியில் ‘லவர்ஸ் லேன்’ பிள்ளையார் கோவிலுக்குச் சென்று, தேங்காய் உடைத்து, தரிசனம் செய்துகொண்டு சம்மர் ஹவுஸை அடைந்தனர்.

பொழுது விடிந்தால் முகூர்த்தம்!

பஞ்சுவும், ராக்ஃபெல்லர் மாமியும் பந்தலில் உட்கார்ந்து மறுநாள் முகூர்த்தத்துக்கான ஏற்பாடுகளைப் பற்றிப் பேசிக்கொண்டிருந்த போது அங்கே வந்த அய்யாசாமி அய்யர் பஞ்சுவை மெதுவாக அழைத்து அவன் காதோடு ஏதோ சொன்னார்.

பஞ்சுவின் முகம் மாறுவதைக் கண்ட மிஸஸ் ராக்ஃபெல்லர் "வாட் பஞ்ச்?" என்று விசாரித்தாள்.

"பிள்ளையின் மாமா ஏதோ தகராறு செய்கிறாராம்" என்றான் பஞ்சு.

"என்ன சொல்கிறாராம்?"

"இந்த முகூர்த்தம் நடப்பதை பார்த்து விடுகிறேன் என்கிறாராம்!"

"நல்லாப் பார்க்கட்டுமே! எல்லோரும் அதைப் பார்க்கத்தானே காத்துக்கொண்டிருக்கிறோம். அவரும் பார்க்கட்டும்!" என்றாள் மிஸஸ் ராக்.

"விஷயம் அப்படியில்லை மேடம்! சம்பந்திச் சண்டை ஆரம்பமாகிவிட்டது" என்றான் அவன்.

"ஓ! ஷம்பந்தி ஷண்டய் ஆரம்பாயிட்டுதா? வெரி க்ளாட்! வெரி க்ளாட்!" என்று உற்சாகமாக எழுந்து வேகமாக விரைந்தாள் மிஸஸ் ராக்.

அவசரம் அவசரமாக டெலிபோனை எடுத்துவைத்துக்கொண்டு தன்னுடைய சிநேகிதர்கள், உறவினர்கள் அத்தனை பேரையும் ஒவ்வொருவராக அழைத்து, "ஷம்பந்து ஷண்டய் ஸ்டார்ட்டட் ஜஸ்ட் நௌ!" என்று செய்தியை அஞ்சல் செய்துகொண்டிருந்தாள்.

10

காலையிலிருந்தே கல்யாண வீடு பரபரப்பாயிருந்தது. சாஸ்திரிகள் அனைவரும் ஸ்நானத்தை முடித்துவிட்டு கோஷ்டியாக உட்கார்ந்து இட்லி காப்பி சாப்பிட்டுக்கொண்டிருந்தனர். பெண்கள் அலங்காரத்தில் ஈடுபட்டிருந்தனர். பொழுது புலர்ந்த பிறகும் அணைக்கப்படாமல், ஆங்காங்கே நிறுத்திவைக்கப்பட்டிருந்த காஸ் லைட்டுகள் 'உஸ்ஸ்' என்று சத்தமிட்டுக்கொண்டிருந்தன.

"காட்டன் ஸாரை எங்கே காணோம்?" என்று கேட்டார் அம்மாஞ்சி.

"ஹாலிவுட்டிலிருந்து சினிமாஸ்டார்ஸெல்லாம் வருகிறார்களாம். ஏர்போர்ட் போயிருக்கிறார்" என்றார் அய்யாசாமி.

அந்தச் சேதியைக் கேள்விப்பட்ட அம்மாஞ்சி வாத்தியார், "அடாடா! தெரிந்திருந்தால் நானும் ஏர்போர்ட்டுக்குப் போயிருப்பேனே!" என்றார்.

"இந்த நியூஸெல்லாம் நம்மிடம் யாரும் சொல்லமாட்டார்கள். வைதிகாள் தானேங்கற அபிப்பிராயம்" என்றார் சாம்பசிவ சாஸ்திரிகள்.

“...ஹ்ம்... மர்லின் மன்ரோவைத்தான் நேரில் பார்க்க வேண்டும் என்று ரொம்ப நாளாக ஆம்பிஷன். கொடுத்துவைக்கவில்லை” என்று மிகவும் வருத்தத்துடன் கூறினார் அம்மாஞ்சி.

“அதோ யார் வர்றா பாருங்கோ!” என்றார் சாம்பசிவ சாஸ்திரிகள் சிரித்துக்கொண்டே.

“அடேடே! ராக்ஃபெல்லர் மாமி” என்று அதிசயப்பட்டார் அம்மாஞ்சி.

ஸ்பெஷலாக வரவழைத்திருந்த சரிகை போட்ட பனாரஸ் பட்டுப் புடவையை உடுத்திக்கொண்டு நெற்றியில் குங்குமப் பொட்டுடன் வந்துகொண்டிருந்தாள் அந்தச் சீமாட்டி.

“பேஷ்! பேஷ்! உங்களுக்கு இந்த ரோஸ் கலர் புடவை பிரமாதமாயிருக்கு!” என்றார் அம்மாஞ்சி.

“மகாலட்சுமி மாதிரி இருக்கு” என்றார் சாஸ்திரிகள்.

“அது யார் மகாலட்சுமி!” ராக் மாமி கேட்டாள்.

“அந்த அம்மாள் வைகுண்டத்திலே இருக்கிறார். உங்க மாதிரி பெரிய கோடீசுவரி!” என்றார் அம்மாஞ்சி.

“ஸாஸ்ட்ரீஸெல்லாம் இட்லி சாப்பிட்டாச்சா? இட்லி கோகனட் சட்னியும் நல்ல காம்பினேஷன். நான்கூட நாலு இட்லி சாப்பிட்டேன்” என்றாள் மிஸஸ் ராக்.

“எங்களுக்கென்ன அவசரம்? முதல்லே சம்பந்திகளை கவனிக்கச் சொல்லுங்க! பிள்ளைக்கு மாமா ரொம்ப கோபமாக இருக்கிறாராம். சம்பந்தி வீட்டார் யாரும் சாப்பிடவில்லையாம்!” என்றார் அம்மாஞ்சி.

“என்ன கோபம்?” என்று கேட்டாள் மிஸஸ் ராக்.

“சம்பந்திகளுக்கு பவுடர் பால் காப்பி அனுப்பிவிட்டார்களாம். அதான் கோபம்!” என்றார் அம்மாஞ்சி.

“கோபத்துக்கு அதுமட்டும் காரணமில்லே! நேற்று ஜானவாசத்தின்போது மாப்பிள்ளையின் மாமாவை நீங்க யாருமே கவனிக்கவில்லையாம். அவர் ஒரு கார் கேட்டிருந்தாராம். அதுவும்

கொடுக்கவில்லையாம். அதனால் அவர் ரொம்பக் கோபமாக இருக்கிறார்!” என்றார் அய்யாசாமி.

அதோ காட்டன் ஸார் வர்றாரே!” என்று கூறினார் அம்மாஞ்சி.

“மெட்ராஸிலிருந்து பாப்ஜியும் வந்தாச்சு மேடம்!” எனக் கூறிக்கொண்டே வந்த பஞ்சு தன் நண்பனை மிஸஸ் ராக்ஃபெல்லருக்கு அறிமுகப்படுத்தி வைத்தான்.

அந்த சீமாட்டி மகிழ்ச்சியோடு பாப்ஜியின் கையைக் குலுக்கி, “பாப்ஜி! ஐ ஆம் வெரி ஹாப்பி டு மீட் யூ! யு ஹாவ் கம் ஜஸ்ட் இன் டைம்! வெரி வெரி சந்தோஷம்! சங்கீத கோஷ்டியினர் எப்போது வருகிறார்கள்?” என்று விசாரித்தாள்.

“பத்து மணிக்கு” என்றான் பாப்ஜி.

“சரி, முதலில் இட்லி காப்பி சாப்பிட்டு விட்டு வா. மறுபடியும் ஏர்போர்ட் போகணும்” என்றான் பஞ்சு.

“பஞ்ச்! உனக்கு ஏன் இப்படி தொண்டை கட்டிப் போச்சு? பாவம், சரியாகவே பேச முடியவில்லையே உன்னால்!” என்று வருத்தப்பட்டாள் மிஸஸ் ராக்.

“ஒரு மாசமாய்க் கொஞ்சமான அலைச்சலா? கத்திக் கத்திக் குரலே வரவில்லை அவருக்கு” என்றார் அம்மாஞ்சி.

“ஸ்டார்ஸையெல்லாம் மே ப்ளவர் ஓட்டல்லே இறக்கிவிட்டேன், மேடம்!” என்றான் பஞ்சு.

“வெரி குட்! இப்ப சம்பந்திச் சண்டை எந்த பொஸிஷன்லே இருக்குதுன்னு எனக்குச் சொல்ல முடியுமா?” என்று கேட்டாள் மிஸஸ் ராக்.

“இதோ, இம்மீடியட்டா நான் போய் பார்த்துட்டு வந்து சொல்றேன் மேடம்!” என்று கூறிவிட்டு வெளியே புறப்பட்டான் பஞ்சு.

பஞ்சுவைக் கண்டதும் பிள்ளைக்கு மாமா ஒரேயடியாகக் குதிக்க ஆரம்பித்துவிட்டார்.

“ஏன் இப்படி அலட்டிக்கிறீங்க? என்ன நடந்துவிட்டது இப்போது?” என்றான் பஞ்சு.

"இன்னும் என்ன நடக்கணும்? செய்வதையெல்லாம் செய்துவிட்டு, என்ன நடந்துவிட்டது என்று வேறு கேட்கிறீர்களா?" என இரைந்தார் மாமா.

"சாமாவய்யர்! உமக்கு போட்டியாகக் கத்துவதற்கு எனக்குத் திராணி இல்லை. விஷயத்தைச் சொல்லாமல் கத்தினால் எப்படி?" என்றான் பஞ்சு.

"ஓகோ! நான் கத்துகிறேனா? அவ்வளவு தூரத்துக்கு வந்துவிட்டதா விஷயம்? இன்னும் கொஞ்ச நேரம் போனால் குரைக்கிறேன் என்று கூடச் சொல்வீர்! ஆகட்டும், ஆகட்டும்; இன்றைக்குப் பெண்ணின் கழுத்தில் தாலி ஏறிவிடுகிறதா என்று பார்த்துவிடுகிறேன்" என்று கறுவினார் பிள்ளைக்கு மாமா.

இந்தச் சமயத்தில் அய்யாசாமி அய்யரே அங்கு வந்து சேர்ந்தார். அவர் பிள்ளையின் மாமாவைப் பார்த்து, "ஓய்! என்ன சொன்னீர்? என் பெண் கல்யாணம் நின்றுவிடும் என்றா சொன்னீர்? பார்த்துவிடலாமே அதையும்தான். என்னய்யா செய்துவிடுவீர்! நானும் ராத்திரியிலிருந்து உம்மைக் கவனித்துக்கொண்டுதான் இருக்கிறேன். வேண்டுமென்றே வம்புச் சண்டைக்கு இழுத்துக்கொண்டிருக்கிறீரே!" என்றார்.

இதற்குள் இவ்விரண்டு பேரும் சண்டையிட்டுக்கொள்வதை வேடிக்கைப் பார்க்கப் பெரும் கூட்டம் கூடிவிட்டது. சம்பந்திச் சண்டை முற்றிவிட்டது என்ற சேதியைக் கேள்விப்பட்ட மிஸஸ் ராக்ஃபெல்லர் தன்னுடைய சிநேகிதர்களை எல்லாம் கூட்டிக்கொண்டு ஓடோடிச் சென்றாள்.

சம்பந்திவீட்டு மாமாவும், அய்யாசாமி அய்யரும் மல்யுத்தத்துக்கு நிற்பவர்களைப்போல் சீறிக்கொண்டிருந்தார்கள்.

"வாட் பஞ்ச்! அங்கிள் ஸாம் என்ன சொல்கிறார்?" என்று கேட்டாள் மிஸஸ் ராக்.

"முகூர்த்தம் நடக்காதாம். பார்த்து விடுகிறேன் ஒரு கை என்கிறார்" என்றான் பஞ்சு.

மிஸஸ் ராக்ஃபெல்லருக்கு கவலை வந்துவிட்டது. கல்யாணமே நின்று விடுமோ என்று அஞ்சினாள்.

“சம்பந்திச் சண்டையை நிறுத்த என்ன செய்யலாம் பஞ்ச்?” என்று வேதனையோடு விசாரித்தாள்.

“ஒன்றுமில்லை மேடம்! நீங்க மாமாவைப் பார்த்து பேசிவிட்டால் போதும்! எல்லாம் சரியாய்ப் போய்விடும்!” என்றான் பஞ்சு.

உடனே மிஸஸ் ராக்ஃபெல்லர் கோபமாக நின்றுகொண்டிருந்த மாமாவின் அருகில் சென்று அவர் கைகளைக் குலுக்கி, “வெரி ஸாரி மிஸ்டர் ஸாம்! ஏதோ தெரியாமல் நடந்து போச்சு, எக்ஸ்க்யூஸ் மி! எழுந்து வாங்க! முகூர்த்தத்துக்கு நேரமாச்சு” என்றாள்.

அவ்வளவுதான். மாமாவின் கோபம் மாயமாக மறைந்துவிட்டது! முகத்தில் அசடு வழிய, “எனக்கொன்றும் கோபமில்லை. இந்தப் பெண்கள்தான் பவுடர் பால் என்று சொல்லிக்கொண்டிருந்தார்கள். அவர்களுக்கென்ன வேலை?” என்றார் மாமா.

“நீங்கள் எதையும் ‘ஹார்ட்’லே வைச்சுக்கக்கூடாது. இது உங்க வீட்டுக் கல்யாணம். எனக்குப் பிள்ளை வீடு, பெண் வீடு இரண்டுமே ஒண்ணுதான். வாங்க, வாங்க... பஞ்ச்! மாமாவுக்கு ஒரு கார்கொண்டு வரச் சொல்லு!” என்றாள் மிஸஸ் ராக். இதைக் கேட்டதும் மாமாவின் உச்சி குளிர்ந்து போயிற்று! உடனே, “அடே, ராஜா!... முகூர்த்தத்துக்கு நேரமாச்சு. உம், உம்! புறப்படு” என்று மாப்பிள்ளையைத் துரிதப்படுத்தினார்.

வெளியே வந்த மிஸஸ் ராக், பஞ்சுவைப் பார்த்து, “வாட் பஞ்ச்! ஷம்பந்தி ஷண்டய் இவ்வளவுதானா?” என்று கேட்டாள்.

“இவ்வளவுதான் மேடம்! இப்படித்தான் ஒன்றுமில்லாத அற்ப விஷயத்துக்கெல்லாம் சண்டை போட ஆரம்பித்துவிடுவார்கள். கல்யாணமே நின்று விடுமோ என்று கூடத் தோன்றிவிடும். விசாரிக்கப் போனால் விஷயம் ஒன்றுமிருக்காது. அநேகமாகக் காப்பியில்தான் தகராறெல்லாம் கிளம்புவது வழக்கம்” என்றான்.

“அங்கிள் ஸாம் ஸீம்ஸ் டு பி வெரி மிஸ்சுவஸ்! இவரை ரொம்ப உஷாரா கவனிச்சுக்கணும்” என்றாள் மிஸஸ் ராக்.

“கார் கொடுப்பதாகச் சொல்லிவிட்டீர்கள் அல்லவா! அது போதும், இனி எல்லாக் கோபமும் தீர்ந்துவிடும்” என்றான் பஞ்சு.

மாப்பிள்ளை ராஜகோபாலன் பரதேசிக் கோலம் புறப்படுவதற்குத் தயாராக நின்றான்.

அங்கிள் ஸாம் மிகவும் உற்சாகத்தோடு புதுக்குடையைப் பிரித்து மாப்பிள்ளையின் தலைக்கு நேராகப் பிடித்தார். மாப்பிள்ளைத் தோழன் விசிறியைக் கொண்டுவந்து ராஜாவிடம் கொடுத்தான்.

நாகஸ்வரக்காரர்கள் முன்னால் செல்ல, ஆடவரும், பெண்டிரும் பின் தொடர, மாப்பிள்ளை மை தீட்டிய விழிகளுடன் காசிக்குப் புறப்பட்டார். அவர் முகத்தில் காணப்பட்ட மைப் புள்ளிகளைக் கண்ட அமெரிக்க நண்பர்கள், 'பிக் மோல்ஸ்' என்றனர்.

"ப்ரைட்க்ரூம் எங்கே போகிறார்?" என்று கேட்டார் அமெரிக்க நண்பர் ஒருவர்.

"பனாரஸ்!" என்றான் பஞ்சு.

"மாப்பிள்ளைக்கு என்ன கோபம்? அங்கிள் ஸாம் தூண்டி விட்டுக் காசிக்கு அனுப்புகிறாரோ?" என்று சந்தேகப்பட்டனர் சிலர்.

"பனாரஸ் இண்டியாவில் அல்லவா இருக்கிறது. அவ்வளவு தூரம் எப்படிச் செல்லப் போகிறார்? விமானத்தில் போய் வரட்டுமே" என்றார் இன்னொரு நண்பர்.

"மாப்பிள்ளைபனாரஸ்போனால்நீங்கள்கட்டிக்கொண்டிருப்பது போல்எனக்கும்ஒருபுடவை வாங்கிவரச்சொல்லமுடியுமா?"என்று மிஸஸ் ராக்ஃபெல்லரிடம் அவருடைய சிநேகிதி ஒருத்தி கேட்டார்.

ப்ரைட்க்ரூம் பனாரஸ் டூர் போவதைப் பார்க்க பல்லாயிரக் கணக்கான மக்கள் வழி நெடுகக் காத்திருந்தனர்.

பத்திரிகைக்காரர்கள் மாப்பிள்ளை கோபித்துக்கொண்டு செல்லும் காட்சியைப் படமெடுத்துப் போட்டு,

'ப்ரைட்க்ரூம் லெட்ப் பார் பனாரஸ்!'

'பாத யாத்ரா லைக் வினோபாஜி!'

'அன்வில்லிங் டு மேரி ருக்கு!'

'ஸிச்சுவேஷன் வெரி க்ளூமி!'

என்று எழுதியிருந்தனர்.

அந்தச் செய்தியைக் கண்ட அமெரிக்க மக்கள் பரபரப்படைந்து 'ஒருவேளை கல்யாணமே நடக்காமல் போய்விடுமோ?' என்று கவலையில் ஆழ்ந்தனர்.

நல்லவேளையாக பனாரஸ் யாத்திரை தெருக்கோடியிலேயே நின்றுவிட்டது! ஆனால் அதற்குக் காரணம் என்ன என்பது அமெரிக்கர்களுக்குப் புரியவில்லை.

மாப்பிள்ளையிடம் சென்று, "ஏன் திரும்பிவிட்டீர்கள்? பனாரஸ் போகவில்லையா?" என்று கேட்டனர்.

"இல்லை, பனாரஸில் வெயில் அதிகமாயிருக்கிறதாம், ஆகையால் அப்புறம்தான் போகப்போகிறார்" என்று பஞ்சுவே அவர்களுக்குப் பதில் கூறி அனுப்பிவிட்டான்.

பத்திரிகையாளர்கள் உடனே, "ப்ரைட்க்ரூம் கான்ஸல்ஸ் ஹிஸ் பனாரஸ் டூர்!" "முகூரட் இஸ் டேக்கிங் ப்ளேஸ்!" என்று மறுபடியும் ஒரு செய்தியைப் பிரசுரித்தார்கள். அதைக் கண்ட பிறகு தான் அமெரிக்க மக்களின் கவலை நீங்கிற்று!

மாப்பிள்ளை சம்மர் ஹவுஸ் வாசலில் வந்து நின்றதும் பெண்கள் ஆரத்தி சுற்றிக்கொட்டினார்கள்.

"நேரம் ஆகிறது; மாலை மாற்ற வேண்டாமா? மணப்பெண்ணைக் கூப்பிடுங்கோ" என்று இரைந்தார் அப்பு சாஸ்திரிகள்.

தஞ்சாவூரிலிருந்து ஸ்பெஷலாகக் கொண்டுவந்திருந்த மலர் மாலைகள் இரண்டையும் எடுத்துக்கொண்டு ஓடி வந்தான் பாப்ஜி.

இரண்டு மாமன்மார்களும் கச்சத்தை வரிந்து கட்டிக்கொண்டு, பெண்ணுக்கும், பிள்ளைக்கும் தோள் கொடுக்கத் தயாராக நின்றனர்.

மாலை மாற்றும் வேடிக்கையைக் காண, தெரு முழுவதும், 'ஜே, ஜே' என்று கூட்டம் அலைமோதிக்கொண்டிருந்தது.

புத்தாடை உடுத்தி, பூச்சூடி, புது நகைகள் அணிந்து புன்முறுவல் பூத்த முகத்துடன் அழகு வடிவமாக நின்ற மணப்பெண் ருக்மிணியை, வசந்தாவும், லோரிட்டாவும் கைபிடித்து வாசலுக்கு அழைத்து வந்தனர்.

முதலில் பெண்ணின் மாமா மணப்பெண்ணை தோள் மீது தூக்கிக் கொடுத்தார். அடுத்தாற்போல் பிள்ளையின் மாமா "வாடா ராஜா, வா!" என்று உற்சாகத்தோடு குதித்து வந்து மாப்பிள்ளையைத் தூக்கிக்கொண்டார். டெலிவிஷன் கேமராக்களும் செய்தி படக் கேமராக்களும் மூலைக்கு மூலை இயங்கிக்கொண்டிருந்தன.

நாகஸ்வரக்காரர்களும் பாண்டு வாத்தியக்காரர்களும் இங்கிலீஷ் நோட் வாசிக்கத் தொடங்கினார்கள்.

மாமன்மார்கள் இருவரும் நாதஸ்வர இசைக்கு ஏற்ப ஆடத் தொடங்கினார்கள். பிள்ளைக்கு மாமா குதித்துக் குதித்து ஆடினார். பெண்ணுக்கு மாமா கால்களை முன்னும் பின்னுமாக எடுத்து வைத்து ஆடினார். கடைசியில் பெண்ணும் பிள்ளையும் கொட்டு மேள கோஷத்துடன் மாலை மாற்றிக்கொண்டார்கள். அந்த டான்ஸைக் கண்ட அமெரிக்க மக்கள் ஆனந்தம் தாங்காமல் கை கொட்டி ஆரவாரம் செய்தார்கள்! சிலர் இரண்டு மாமன்மார்களையும் கை குலுக்கி, "ஒண்டர்புல் டான்ஸ்! வெரி டிஃபிகல்ட் ஆர்ட்!" என்று பாராட்டி மகிழ்ந்தனர்.

"நியூயார்க்கில் இம்மாதிரி ஒரு டான்ஸ் செய்வதற்கு ஒப்புக்கொள்ள முடியுமா?" என்று கேட்டார் நியூயார்க் பிரமுகர் ஒருவர்.

"வெரி ஸாரி! மாஸ்கோவில் நடைபெறும் சர்வதேச நாட்டிய விழாவில் கலந்துகொள்வதற்காக ஏற்கெனவே ஒப்புக்கொண்டுவிட்டோம். ஆகவே இந்த இயர் வருவதற்கில்லை" என்றார் பெண்ணுக்கு மாமா.

பிரஸ்காரர்கள் பெண்ணின் மாமாவிடம் "தங்கள் பெயர் என்ன?" என்று விசாரித்தனர்.

"ராமய்யர்" என்றார் அவர். அடுத்தாற்போல் பிள்ளையின் மாமாவை அணுகி, "யுவர் நேம் ப்ளீஸ்!" என்று கேட்டனர். "சாமாவய்யர்!" என்றார் அவர். அவ்வளவுதான், அவர்கள் பெயரை அங்கிள் ஸாம் அண்ட் ராம் என்று சுருக்கி "தி மேரேஜ் டான்ஸ் ஆப் ஸாம் அண்ட் ராம்" என்று பத்திரிகைகளில் போட்டோவுடன் செய்தியும் பிரசுரித்துவிட்டார்கள்!

அடுத்தாற்போல் ஊஞ்சல் நிகழ்ச்சி ஆரம்பமாயிற்று. பெண்ணும், பிள்ளையும் ஊஞ்சலில் அமர்ந்ததும், உள்ளூர் நாகஸ்வரக்காரர் லாலியும் ஊஞ்சலும் பாட, ராக்ஃபெல்லர் மாமி உள்பட, சுமங்கலிகள் ஏழெட்டுப் பேர் மஞ்சள் சிவப்பு நிற அன்னப் பிடிகளை எடுத்துக்கொண்டு ஊஞ்சலை வலமாக வந்து நாலு திசைகளிலும் உருட்டிவிட்டனர். இரண்டு சுமங்கலிகள் குத்து விளக்கைப் பெரிய பெரிய வெள்ளி அடுக்குகளில் வைத்துப் புடவைத் தலைப்பால் மூடியபடி சுற்றி வந்தனர். இன்னும் இரண்டு பேர் செம்பில் தண்ணீரை நிரப்பிக்கொண்டு ஊஞ்சலைச் சுற்றிலும் ஊற்றிக்கொண்டே மெதுவாகச் சுற்றி வந்தனர்.

மஞ்சளும் சிவப்பும் வெள்ளையுமாக அன்னப்பிடிகளைக் கண்ட அமெரிக்க மக்கள், "ஹவ் டு தே மேக் திஸ் கலர்ட் ரைஸ் பால்ஸ்?" என்று வியந்தனர்.

மணப் பந்தலில் கூட்டம் நிரம்பி வழிந்தது. அமெரிக்க மாதர்களில் பலர் புடவை அணிந்து, தென்னிந்திய சுமங்கலிகளைப் போலக் காட்சி அளித்தனர். ராக்ஃபெல்லர் மாமி மட்டும் அரை மணி நேரத்துக்கெல்லாம் புடவையை மாற்றிவிட்டு தன்னுடைய வழக்கமான டிரஸ்ஸை அணிந்துகொண்டுவிட்டாள்.

மணப்பந்தலுக்கு அருகே வைத்திருந்த வெள்ளிப் பாத்திரங்களும் மற்றச் சீர்வரிசைகளும் ஒரு பெரிய கண்காட்சிபோல் விளங்கின.

ஓமப் புகை, நாகஸ்வர இசை, சாஸ்திரிகளின் மந்திர கோஷம், புதுப் புடவையின் சலசலப்பு, ஊதுவத்தி சந்தனம், பழம், புஷ்பம் ஆகியவற்றின்கலவையானமணம்இவ்வளவும்அமெரிக்கர்களுக்குப் பெரும் அதிசயத்தையும், உற்சாகத்தையும் அளித்தன. இலை போடுவதற்கான ஏற்பாடுகளில் முனைந்திருந்தான் பஞ்சு.

மிஸஸ் ராக்ஃபெல்லர் மணப்பந்தல் வாசலில் நின்று விருந்தினர்களை வரவேற்றுக்கொண்டிருந்தாள். ஈவினிங் ரிசப்ஷனுக்கு வரப்போவதாகச் சொல்லியிருந்த மிஸஸ் கென்னடி திடீரென்று முகூர்த்தத்துக்கே காரில் வந்து இறங்கியதைக் கண்ட மிஸஸ் ராக்ஃபெல்லருக்கு ஆனந்தம் தாங்க முடியவில்லை. மிஸஸ் கென்னடியை வரவேற்று உள்ளே அழைத்துச் சென்று மணமகன், மணமகள், பஞ்ச், கோபாலய்யர், அய்யாசாமி, அங்கிள் ஸாம் அண்ட் ராம் அனைவரையும் அறிமுகப்படுத்தினாள்.

வைதிகச் சடங்குகள் யாவும் முடிந்ததும் சரியாகப் பத்து மணிக்கு மணப்பெண் அரக்கு வர்ண கூறைச் சேலையை உடுத்தி வந்து, தன் தந்தையின் மடி மீது அமர்ந்தாள். கெட்டி மேளம் முழங்க, சாஸ்திரிகள் 'மாங்கல்யம் தந்துநானே' என்ற மங்கள சுலோகத்தைச் சொல்ல, மணமகன் சிரஞ்சீவி ராஜகோபாலன் சௌபாக்கியவதி ருக்மணியின் கழுத்தில் தாலியைக் கட்டி முடித்தான்.

அனைவரும் அட்சதைகளை மணமக்கள் மீது போட்டு ஆசீர்வாதம் செய்தார்கள். வெகுநேரமாக இடைவிடாமல் முழங்கிக்கொண்டிருந்த கெட்டி மேளம் ஒரு விதமாக அடங்கியபோது பந்தலில் கூடியிருந்த மக்களின் கூக்குரல் மேலோங்கி ஒலித்தது.

மிஸஸ் ராக்ஃபெல்லர் ஒரு பெருமூச்சு விட்டபடியே, "மை காட்! தாலி கட்டி முடிந்தது. இப்போது தான் எனக்கு நிம்மதி ஆயிற்று. சௌத் இண்டியன் மேரேஜ் என்பது சாதாரண விஷயமில்லை. 'கல்யாணம் செய்து பார்!' என்று டமிலில் சொல்லுவாங்களே, நல்ல 'ப்ராவர்ப்' அது" என்றாள் தன் கணவரிடம்.

முகூர்த்தத்துக்கு வந்திருந்த பிரமுகர்களும், சீமாட்டிகளும் ஒவ்வொருவராக வந்து ராக்ஃபெல்லர் தம்பதியரிடம் விடைபெற்றுக்கொண்டனர். பாப்ஜியும், லல்லியும் வாசலில் நின்ற வண்ணம் வந்தவர்களுக்கெல்லாம் தாம்பூலமும், தேங்காயும் அடங்கிய பிளாஸ்டிக் பைகளை வழங்கிக்கொண்டிருந்தனர்.

"மேடம்! இலை போடலாமா?" என்று கேட்டுக்கொண்டே வந்தான் பஞ்சு.

"ஓ எஸ்! அமெரிக்கன் பிரண்ட்ஸுக்கு ஆஸ்யூஷ்வல் ஸெபரேட் பந்திதான்" என்றாள் மிஸஸ் ராக்.

கல்யாண விருந்தை அமெரிக்க நண்பர்கள் மிகவும் விரும்பிச் சாப்பிட்டார்கள். அன்றையை விருந்துக்கு சுமார் ஐயாயிரம் அமெரிக்கர்கள் வந்திருந்தார்கள். விருந்தில் பரிமாறப்பட்ட ஜாங்கிரியையும்,வடுமாங்காயையும்கையில்எடுத்து அதிசயத்துடன் திருப்பித் திருப்பிப் பார்த்துக்கொண்டிருந்தனர். அவர்களுக்கு அவை பெரும் புதிராக இருந்தன. ஒருவர் ஜாங்கிரியைக் கையில் எடுத்து அதற்கு ஆரம்பம் எது முடிவு எது என்று தெரியாமல்

விழித்துக்கொண்டிருந்தார். இன்னும் சிலர், சிக்கலான ஜாங்கிரிப் பின்னலைப் பார்த்துவிட்டு, “வெரி காம்ப்ளிகேடட் ஸ்வீட்!” என்றனர்.

“ஆரம்பம் தெரிந்துவிட்டால் முடிவைக் கண்டுபிடித்துவிடுவேன்” என்றார் ஒருவர். “முடிவு தெரிந்துவிட்டால் நான் ஆரம்பத்தைக் கண்டுபிடித்துவிடுவேன்” என்றார் இன்னொருவர். ஆரம்பம் தெரியாததால் பல பேர் ஜாங்கிரியை எந்த இடத்தில் சாப்பிட ஆரம்பிப்பது என்று சாப்பிடாமலேயே விட்டுவிட்டார்கள். இன்னொருவர் ஜாங்கிரி இழைகளைப் பாதியில் கத்தரித்து அதைக் கயிறுபோல் நீளமாகச் செய்து அதன் மொத்த நீளம் எவ்வளவு என்பதைக் கண்டுபிடிக்க விரும்பினார்.

பலர் வடு மாங்காயைக் கடிக்கத் தெரியாமல் விரலைக் கடித்துக்கொண்டு “ஆ! ஆ! ஆ!” என்று அலறினர். பற்களுக்கிடையில் விரல்கள் அகப்பட்டுக்கொண்டதால் காயம் ஏற்படவே, விரல்களைச் சுற்றி பிளாஸ்திரி போட்டுக்கொண்டார்கள்.

அதைக் கண்ட ஹாரிஹாப்ஸ், “ராத்திரி டின்னருக்கு வடுமாங்காய் பரிமாறும்போது ஒவ்வொருவர் பக்கத்திலும் ஒவ்வொரு ‘பஸ்ட் எய்ட் பாக்ஸ்’ வைத்துவிட வேண்டும்” என்று சொல்லிவிட்டுப் போனார்.

கை விரல்களில் கட்டுப் போட்டுக்கொண்டிருந்த அமெரிக்க நண்பர்கள் ஒருவரை ஒருவர் சந்தித்துக்கொண்டபோது “ஓ! வடுமாங்காய் சாப்பிட்டீர்களா?” என்று கேலியாக விசாரித்துக்கொண்டனர்.

வடுமாங்காய் சாப்பிட்டுக் கை விரல்களில் கட்டுப் போட்டுக் கொண்டவர்களின் எண்ணிக்கை பத்திரிகையில் வெளியாயின.

இன்னும் சரியாக எண்ணி முடியவில்லை என்றும், இரவு விருந்தின்போது மேலும் பல ‘காஷுவாலிடி’கள் ஏற்படலாமென்றும் தகவல் கொடுக்கப்பட்டிருந்தது.

விரலில் துணி சுற்றிக்கொண்டு நின்ற தவில் வித்வான்களைக் கண்ட அமெரிக்கர் சிலர் “ஐயோ பாவம்! இவர்களுக்கும் வடுமாங்காய் சாப்பிடத் தெரியவில்லைபோலிருக்கிறது” என்று சொல்லி அனுதாபப்பட்டனர்.

"மிஸ்டர் பஞ்ச்! நாரிக்ரூவாஸெல்லாம் சாப்பிட்டாச்சா? முதல்லே அவங்களைச் சாப்பிடச் சொல்லு!" என்று சொல்லிக்கொண்டே வந்தாள் மிஸஸ் ராக்.

"அவர்களைத்தான் தேடிக்கொண்டிருக்கிறேன். ஒருத்தரைக் கூடக் காணவில்லை!" என்றான் பஞ்சு.

"அவர்கள் வாஷிங்டன் வீதிகளில் ஊசி விற்றுக்கொண்டிருக்கிறார்களாம்" என்றார் அம்மாஞ்சி.

சம்மர் ஹவுஸிலும் டம்பர்ட்டன் ஓக்ஸிலும் சாப்பாட்டுப் பந்திகள் நடந்தது நடந்தபடியே இருந்தன.

பஞ்சு மிகவும் களைத்துப் போயிருந்தான்.

"பஞ்சு அண்ணா! நீங்க சாப்பிடவே இல்லையே! இலை போடட்டுமா?" என்று விசாரித்தார் ஹெட் குக் வைத்தா.

"எனக்கு ஒன்றுமே வேண்டாம். ஒரு டம்ளர் மோர் மட்டும் கொடு, அது போதும். எங்காவது ஒரு துண்டைக் கீழே போட்டு முடங்கிப் படுத்துக்கொண்டால் தேவலைபோலிருக்கிறது" என்றான் பஞ்சு.

"பஸ்ட் க்ளாஸ் பன்னீர் ரசம் அண்ணா இன்றைக்கு! ரசம் மட்டும் கொஞ்சம் சாப்பிடுங்கோ, அப்புறம் பாதம் கீர் தருகிறேன்" என்றான் வைத்தா.

"சரி, ரசம் மட்டும்கொண்டு வா" என்றான் பஞ்சு.

11

வைதிக கோஷ்டியினர் 'ராக் க்ரீக் பார்க்'கை நோக்கி அணி அணியாகப் படையெடுத்துக்கொண்டிருந்தனர். உண்ட மயக்கத்துடன் நடந்துகொண்டிருந்த கனபாடிகள் ஒருவர், "என்ன இருந்தாலும் நம் தஞ்சாவூர் ஸைடைப்போல் ஆகாது. இந்த வாஷிங்டனில் பெரிய பெரிய கட்டடங்களாகத்தான் கட்டிவைத்திருக்கிறார்கள். என்ன பிரயோஜனம்? எந்த வீட்டிலாவது ஒரு திண்ணை உண்டா, சாப்பிட்டதும் படுப்பதற்கு?" என்று குறைபட்டார்.

"ஓய்! 'ராக் க்ரீக் பார்க்'கிலே வந்து பாரும், குளுகுளுவென்று காற்று வீசும். எங்கே பார்த்தாலும் பெஞ்சுகள் போட்டிருக்கும்" என்று கூறினார் சாம்பசிவ சாஸ்திரிகள்.

அவ்வளவு பேரும் ஆங்காங்கே மரத்தடிகளில் கும்பல் கும்பலாக உட்கார்ந்து, கல்யாண விமரிசைகளைப் பற்றிய சர்ச்சையில் ஈடுபட்டனர்.

அடாடா! மிஸஸ் ராக்ஃபெல்லருக்குத்தான் என்ன மனசு! என்ன மனசு!" என்று புகழ்ந்தார் ஒருவர்.

"பெண்ணுக்கும், மாப்பிள்ளைக்கும் தனித்தனியாக இரண்டு கார் 'ப்ரஸண்ட்' பண்ணியிருக்காளாமே!" என்றார் இன்னொருவர்.

"ஆசீர்வாதத்தின்போது வந்து குவிந்த 'ப்ரஸண்டு'களைப் பார்த்தீரா? எத்தனை ரிஸ்ட் வாட்ச்! எவ்வளவு வெள்ளிப் பாத்திரம்? எத்தனை டிரான்ஸிஸ்டர்!" என்று வர்ணித்தார் மற்றொரு சாஸ்திரிகள்.

"உம்... நமக்கெல்லாம் என்ன செய்யப்போகிறாளாம்?" என்று கவலையோடு விசாரித்தார் வேறொருவர்.

"தலைக்கு நூறு டாலர்னு பேசிக்கிறா?" என்றார் கனபாடிகள்.

கைக்கு ஒரு ரிஸ்ட் வாட்ச் இல்லையா?" என்று கேட்டார் மற்றொருவர்.

"காட்டன் ஸார் மனசு வைத்தால் எல்லாம் நடக்கும்" என்றார் இன்னொருவர்.

"மயிலாப்பூர் சாஸ்திரிகளே! ஒரு ரவுண்டு 'த்ரீ நாட் போர்' போடுவோமா?" என்று கேட்டார் மாம்பலம் கனபாடிகள்.

"அதுக்கு முன்னாலே ஒரு ரவுண்டு வெற்றிலைச் சீவலைப் போடலாம்!" என்றார் திருவல்லிக்கேணி தீட்சிதர்.

"இது வாஷிங்டன் நகரம். திருவல்லிக்கேணி இல்லை. கண்ட இடத்தில் துப்பக்கூடாது" என்றார் மாம்பலம் கனபாடிகள்.

சம்மர் ஹவுஸில், பெண்டுகள் அலங்காரத்தில் ஈடுபட்டிருந்தனர்.

"மணி மூன்றாகிறதே, நலங்குக்கு நேரமாகல்லையா?" என்று பொதுவாக இரைந்துகொண்டே போனார் அய்யாசாமி ஐயர்.

"இன்னும் ப்ளேன் வரவில்லையாம். புஷ்பத்துக்காகக் காத்திருக்கிறோம்!" என்றாள் அத்தை.

"ஷம்பந்தி வீட்டுக்கு டிபன் காப்பி அனுப்பியாச்சா? ருக்கு! நீ டிரஸ் பண்ணிக்கிட்டயா?" என்று கேட்டுக்கொண்டே வந்தாள் மிஸஸ் ராக்.

"எல்லாம் ஆயிட்டுது மேடம்! பூ வந்ததும் நலங்கு ஆரம்பிக்க வேண்டியதுதான். என்றான் பாப்ஜி.

பாப்ஜி! ஈவினிங் ரிசப்ஷன் அரேஞ்ச்மென்டெல்லாம் எந்த மட்டில் இருக்குது? எத்தனை மணிக்குக் கச்சேரி?" என்று கேட்டாள் மிஸஸ் ராக்.

"கொஞ்சம் லேட்டாகத்தான் ஆரம்பிக்க வேண்டியிருக்கும் மேடம்!"

"ஏன்?"

"பால்காட் மணி ஐயர் ப்ளேன்லே வந்ததாலே, ப்ளேன் சத்தம் அவர் காதிலேயே இருக்காம். அதனாலே சுருதி சேர்ப்பதற்குக் கொஞ்சம் சிரமப்படுமாம். கொஞ்ச நேரம் போனால் சரியாகிவிடுமென்று சொல்கிறார்" என்றான் பாப்ஜி.

"பரவாயில்லை; கர்னாடிக் மியூஸிக்னா சுருதிதான் ரொம்ப முக்கியம்" என்றாள் மிஸஸ் ராக்.

"உங்களுக்கு மியூஸிக்கூட வருமா, மேடம்?"

"ஓ எஸ்! பியானோ வாசிக்கறதுதான் எனக்கு பாஸ் டைம்!" என்றாள் மிஸஸ் ராக்.

ஆழ்ந்த உறக்கத்தில் அழுந்திக் கிடந்த பஞ்சுவை மெல்லிய கரம் ஒன்று தீண்டி எழுப்பியது. சுய உணர்வு பெற்ற பஞ்சு கண் விழித்துப் பார்த்தபோது, கையில் காப்பியுடன் நின்றுகொண்டிருந்த லல்லி, மோகினி வடிவமாகக் காட்சி அளித்தாள். அவளிடமிருந்து காப்பியைக் கையில் வாங்கிக்கொண்ட பஞ்சு, "தாங்க்ஸ்" என்றான் சிரித்துக்கொண்டே.

"எல்லோரும் நலங்குக்கு ரெடியாயிட்டாங்க..." என்றாள் லல்லி.

"இதோ, ஒன் மினிட்" என்று கூறிவிட்டு எழுந்தான் பஞ்சு.

பந்தலில் பெரிய பெரிய பவானி ஜமக்காளங்களை விரித்து நலங்குக்குவேண்டியஏற்பாடுகளைக்கவனித்துக்கொண்டிருந்தான் பாப்ஜி.

புஷ்பங்கள் வந்ததும், டம்பர்ட்டன் ஓக்ஸிலிருந்து மாப்பிள்ளையை மேளதாளத்துடன் அழைத்து வந்தனர். நலங்கு ஆரம்பமாயிற்று. இதற்குள் பந்தலில் துளி இடமில்லாதபடி, அமெரிக்கப் பெண்மணிகளும், ராக்ஃபெல்லர் உறவினர்களும் கூடிவிட்டார்கள். மிஸஸ் ராக்ஃபெல்லர், கேதரின், லோரிட்டா மூவரும் பட்டுப் புடவை உடுத்தி, நலங்குப் பாய்களுக்குப் பக்கத்தில் உட்கார்ந்து கொண்டனர். கூட்டம் நலங்குக் காட்சியைக் காண மிகுந்த ஆவலுடன் காத்துக்கொண்டிருந்தது.

முதலில் மாப்பிள்ளை ராஜா, மணையில் அமர்ந்தான். சற்று நேரத்துக்கெல்லாம் மணப்பெண் ருக்மிணி அவன் எதிரில் நாணத்துடன் வந்து நின்றாள்.

"நாயனக்காரரர் ரெடியா?" என்று கேட்டார் அம்மாஞ்சி. நாகஸ்வரக்காரரர், 'பீபீ!' என்று சீவாளியை எடுத்து ஊதி, தாம் இருப்பதை அறிவித்துக்கொண்டார்.

"ருக்கு! முதலில் ஒரு பாட்டுப் பாடி விட்டு மாப்பிள்ளைக்குச் சந்தனம் பூசு" என்று சொல்லிக்கொடுத்தாள் பெண்ணுக்கு மாமி. பந்தலில் கேலியும் சிரிப்புமாக அமர்க்களப்பட்டது!

"சைலன்ஸ்!" என்றார் அம்மாஞ்சி வாத்தியார்.

"நலங்கிட ராரா... ராஜகோபாலா..." என்று ருக்கு பாடியபோது அத்தனை பேரும் உற்சாகத்துடன் பலமாகச் சிரித்தார்கள். அமெரிக்கர்களுக்கு அந்தப் பாட்டின் அர்த்தம் விளங்கவில்லை. ஆனால், அவர்களும் மற்றவர்களுடன் சேர்ந்துகொண்டு சிரித்தார்கள்.

'ராஜகோபாலா' என்று தன் கணவன் பெயரைச் சொல்லிப் பாடிவிட்ட ருக்மிணிக்கு அப்போதுதான் தன்னுடைய தவறு புரிந்தது. சட்டென்று வெட்கம் சூழ்ந்துகொள்ளவே, நாக்கைக் கடித்துக்கொண்டு மௌனமாகிவிட்டாள்.

"எதுக்கு எல்லோரும் சிரிக்கிறீங்க?" என்று கேட்டாள் மிஸஸ் ராக்.

"ருக்கு தன் ஹஸ்பெண்ட் பேரைச் சொல்லிவிட்டாள்... அதற்குத்தான் சிரிக்கிறோம்!" என்றாள் லோசனா.

"ருக்குவின் ஹஸ்பெண்ட் நேம் அவ்வளவு ஹ்யூமரஸா?" என்று கேட்டாள் மிஸஸ் ராக்.

"இண்டியன் லேடீஸ் தங்கள் ஹஸ்பெண்ட் பேரைச் சொல்லக்கூடாது" என்றாள் லோசனா.

சொன்னால் என்ன? ரொம்ப வேடிக்கையாயிருக்குதே, உங்கள் கஸ்ட்டம்ஸ்!" என்றாள் ராக்.

"ருக்கு! பாடேண்டி!... என்ன வெட்கம்?" என்றாள் அத்தை.

“அத்தை, எனக்குப் பாட்டே மறந்து போச்சு!” என்று கூறிவிட்டாள் ருக்கு.

“நான் பாடுகிறேன்” என்று கூறிவிட்டு லோசனா பாடத் தொடங்கினாள்.

நலங்கிட ராரா ராஜகோபாலா என்னி ஜென்மமுலெத்தி நின்னே கோரி உன்னுரா”

என்று அவள் சிந்து பைரவியில் பாடி முடித்ததும் உள்ளூர் நாகஸ்வரக்காரர் தவில் வாத்தியத்தின் துணையின்றி அந்தப் பாட்டை, அதே ராகத்தில், அப்படியே தன் குழலில் நையாண்டி செய்தார்! அதைக் கேட்டு, பந்தலே பிய்த்துக்கொண்டு போகும்படியாகச் சிரித்துக் குதூகலித்தனர் சுற்றியிருந்த பெண்மணிகள்.

அடுத்தாற்போல் ருக்கு தன் கணவனின் காலில் மஞ்சளை எடுத்துப் பூசி நலங்கினால் அழகாக வரிகள் போட்டு முடித்தாள்.

“ராஜா! இப்போது உன் ‘டர்ன்’டா... உம்!” என்று தூண்டினான் மாப்பிள்ளைத் தோழன்.

உடனே ராஜா, தன் மனைவி ருக்குவின் பாதங்களில் மஞ்சளைப் பூசி செம்பஞ்சால் கீற்றுகளைக் கண்டபடி இழுத்து முடித்தான்.

பின்னர், பெண்ணும் மாப்பிள்ளையும் சுட்ட அப்பளங்களைத் தங்கள் இரு கைகளிலும் எடுத்துக்கொண்டு ஒருவருக்கொருவர் சுற்றி ‘பட்பட்’டென்று மோதி உடைத்தார்கள். அந்தக் காட்சியை ஆங்காங்கே தத்தம் இல்லங்களில் டெலிவிஷனில் கண்டு களித்துக்கொண்டிருந்த அமெரிக்க மக்கள், “அடாடா! அப்பளங்களை வீணாக உடைத்து நொறுக்கிவிட்டார்களே!” என்று வருத்தத்துடன் சூள் கொட்டினர்.

கடைசியில், மாப்பிள்ளையும், மணப்பெண்ணும் தேங்காயை உருட்டிப் பந்தாடும் படலம் ஆரம்பமானது. தோழிகளின் விருப்பப்படி ருக்கு தேங்காயை உருட்டாமல் கெட்டியாகப் பிடித்து வைத்துக்கொண்டாள். ராஜா அந்தக் காயை அவள் கைகளிலிருந்து வெடுக்கென்று இழுத்துக்கொள்ள முயற்சி செய்தும் முடியாமல் போகவே, எல்லோரும் கை தட்டி நகைத்தனர். கடைசியில் ருக்கு ஏமாந்திருந்த வேளையில் தேங்காயைப்

பறித்துக்கொண்டுவிட்டான் அவன். அதைக் கண்ட தோழியர்கள் ராஜாவைப் பார்த்து, "இது பெரிய ஆண்பிள்ளைத்தனமோ? அடி ருக்கு! தேங்காயை நீ இழுத்துக்கொள்ளடி!" என்றனர்.

"ஒரு தேங்காயை வைத்துக்கொண்டு எதற்காக சண்டை போடுகிறார்கள்? ஆளுக்கொரு தேங்காயை கொடுத்துவிடலாமே!" என்றாள் அமெரிக்க மாது ஒருத்தி.

கடைசியில், அத்தையும் மாமியும் வந்து ஆரத்தி சுற்றிக் கொட்டியதும் நலங்கு வைபவம் முடிவுற்றது.

சரியாக ஆறு மணிக்கு ரிசப்ஷன் ஆரம்பமாயிற்று. சங்கீத வித்வான்களை மிஸஸ் ராக்ஃபெல்லருக்கு அறிமுகப்படுத்தி வைத்தான் பஞ்சு. பிள்ளைக்குத் தகப்பனாரான லால்குடி கோபாலய்யர் "வயலின் வித்வான் எங்க ஊர் பிள்ளையாண்டான்!" என்று பெருமையோடு சொல்லிக்கொண்டார்.

"மிருதங்க வித்வான் எங்க ஊர், பால்காட்!" என்று சொல்லிச் சிரித்தாள் லல்லி.

"சொந்த ஊர் அபிமானத்தைப் பாருங்களேன்" என்றான் பஞ்சு.

"எங்க ஊர் ஆசாமி இங்கே யாரும் இல்லையா?" என்று சுற்று முற்றும் பார்த்தபடியே கேட்டு விட்டுச் சிரித்தார் அரியக்குடி.

"கச்சேரி முடிந்ததும் இரவு டின்னருக்கு எல்லோரும் இருந்து சாப்பிட்டு விட்டுப் போகவேண்டும்" என்று உபசரித்தாள் மிஸஸ் ராக்ஃபெல்லர்.

இன்னொரு பக்கத்தில் டீ பார்ட்டி நடந்துகொண்டிருந்தது. ஏதாவது புதுமையாகச் செய்ய வேண்டும் என்பதற்காக, தொன்னையில் ஐஸ்கிரீம் வைத்துக் கொடுப்பதற்கு ஏற்பாடு செய்திருந்தான் பாப்ஜி!

மாப்பிள்ளையும், மணப்பெண்ணும் சோபாவில் அமர்ந்து கச்சேரியை ரசித்துக்கொண்டிருந்தனர். பாதிக் கச்சேரியில் அம்மாஞ்சி வாத்தியார் வந்து மணமக்களை அழைத்தார்.

"எதுக்கு அவங்களை டிஸ்டர்ப் பண்றீங்க?" என்று கேட்டாள் மிஸஸ் ராக்.

"ப்ரைடும், ப்ரைட்க்ரூமும் அருந்ததி பார்க்கணும்!" என்றார் அம்மாஞ்சி.

"அருந்ததின்னா?"

"அருந்ததின்னா, அது ஒரு ஸ்டார்!"

"ஸ்டாரா? ஸ்டார்ஸெல்லாம்தான் 'முகூரட்' முடிஞ்சதுமே போயிட்டாங்களே!" என்றாள் ராக்.

"சினிமா ஸ்டார் இல்லை, மேடம்! ஆகாசத்திலே உள்ள அருந்ததி ஸ்டார்?" என்றார் அம்மாஞ்சி.

"அப்படியா? டெலஸ்கோப் வரவழைக்கட்டுமா?" என்று கேட்டாள் திருமதி ராக்.

"அதெல்லாம் வேண்டாம்; ஆகாசத்திலே அருந்ததி நட்சத்திரம் இருக்குமிடம் எனக்குத் தெரியும்..." என்றார் அம்மாஞ்சி.

"ஆமாம், நீங்கள்தான் ஸயன்டிஸ்ட் அம்மாஞ்சியாச்சே!" என்றாள் மிஸஸ் ராக் சிரித்துக்கொண்டு.

கல்யாணத்துக்கு வந்தவர்கள் எல்லோரும் அன்று மாலையில் மஞ்சள் நீராடி மகிழ்ந்தனர். மஞ்சள் நீரை ஒருவர் மீது ஒருவர் வீசிக்கொண்டிருந்ததைக் கண்ட ராக்ஃபெல்லர், "ஏன் இப்படி 'யெல்லோ வாட்ட'ரை வேஸ்ட் பண்றீங்க?" என்று கேட்டாள்.

"கல்யாணத்துக்கு வந்து போகிறவர்களுக்கு இப்படி ஒரு அடையாளம் செய்து அனுப்புவது எங்கள் வழக்கம். இவர்கள் துணியில் உள்ள மஞ்சள் கறையைப் பார்க்கிறபோது 'கல்யாணத்துக்குப் போய் வந்தவர்கள்' என்று மற்றவர்கள் புரிந்துகொள்வார்கள்" என்றான் பஞ்சு.

"இந்தத் துணிகளைப் பார்க்கிறபோது எனக்கு 'ப்ளீடிங் மெட்ராஸ்' ஞாபகம்தான் வருகிறது" என்றாள் மிஸஸ் ராக்.

அன்று இரவே பாதிப் பேருக்கு மேல் ஊருக்குத் திரும்பிச் சென்று விட்டதால், கல்யாண வீடு களையும், கலகலப்பும் இழந்து காணப்பட்டது.

"காலையில் கிரகப்பிரவேசம் ஆனதும், சம்பந்தி வீட்டில் நமக்கெல்லாம் எதிர் விருந்து நடக்கும். அது முடிந்ததும் நாளைக்கு

ஈவினிங் டைடல் பேஸினில் பாலிகை விடணும். அப்புறம் நாங்களும் புறப்பட வேண்டியதுதான்" என்றான் பாப்ஜி.

"எதிர் விருந்து என்றால் அது என்ன?" என்று கேட்டாள் மிஸஸ் ராக்.

"ஆப்போஸீட் டின்னர்!" என்று தமக்குத் தெரிந்த ஆங்கிலத்தில் அதை மொழி பெயர்த்தார் அம்மாஞ்சி.

"அத்தோடு மேரேஜ் கம்ப்ளீட் ஆயிடுமா?"

"அப்புறம் சாந்தி கல்யாணம் இருக்கு" என்றார் அம்மாஞ்சி வாத்தியார்.

"வாட்! வாட்! சாந்தியா? அது யாரது? ருக்கு கல்யாணம் ஒண்ணே போதும். வேறே யார் கல்யாணமும் இப்ப வேண்டாம்!" என்றாள் மிஸஸ் ராக்.

முக்கோண வடிவமாகக் கோடு வரைந்து அந்தக் கோணங்களின் மூன்று முனைகளிலும் மூன்று புள்ளிகள் வைத்தால் எப்படி இருக்கும்? லிங்கன் மண்டபம், ஜெபர்ஸன் மெமோரியல், வாஷிங்டன் ஸ்தூபி ஆகிய மூன்றும் அம்மாதிரி அமைப்பில்தான் ஒன்றை ஒன்று பார்த்துக்கொண்டு நின்றன.

இந்த முப்பெரும் ஞாபகச் சின்னங்களுக்கு நடுவில் அமைந்திருப்பது தான் டைடல் பேஸின்! வாஷிங்டன் நகரிலேயே இயற்கையும், செயற்கையும் கைகோத்துக் களிநடனம் புரியும் அழகுமிக்க சூழ்நிலை இது.

டைடல் பேஸினைச் சுற்றிலும் வரிசையாக நிற்கும் செர்ரி மரங்கள் வசந்த காலத்தில் புஷ்பங்களாகப் பூரித்துச் சிரிக்கும் நாட்களில், ஆண், பெண் ஜோடிகள் அந்தத் தடாகத்தைச் சுற்றிலும் உல்லாசமாக உலாவிக்கொண்டிருப்பார்கள். நிலவு இல்லாத நாட்களில் உயரத்திலுள்ள சர்ச் லைட்டுகள் அந்தப் பூக்களின் மீது ஒளி வெள்ளத்தை வீசிப் பாய்ச்சும்போது அந்த இடம் கண்கொள்ளாக் காட்சியாகத் திகழும்.

ஜெபர்ஸன் மண்டபத்துக் கெதிரில் டைடல் பேஸின் படித்துறை யில்தான் பாலிகை விடுவதென முடிவு செய்யப்பட்டிருந்தது. திருமண கோஷ்டியினர், தங்கள் கார்களை அங்கேகொண்டுபோய் நிறுத்தினார்கள்.

டைடல் பேஸினும் செர்ரி மரங்களும் நிலவொளியைக் குடித்து விட்டுப் போதையில் மயங்கிக்கிடந்தன. எல்லோரும் பாலிகைக் கிண்ணங்களுடன் காரை விட்டு இறங்கித் தடாகத்தின் கரையில் போய் நின்றார்கள்.

ருக்குவும், ராஜகோபாலனும் வெள்ளிக் கம்பிகளாக முளைவிட்டிருந்த இளம் பாலிகைப் பயிர்களைத் தண்ணீரில் மிதக்கவிட்டனர்.

எங்கிருந்தோ வேகமாகப் பாய்ந்து வந்த மீன் கூட்டம் ஒன்று அவற்றைக் கொத்திக்கொண்டு போயிற்று.

"'லார்ஜ்-மௌத் பாஸ்!' என்ற இந்த வகை மீன்கள் இங்கே அதிகம்" என்றாள் மிஸஸ் ராக்.

பாலிகைவிடும் சடங்கு வெகு சீக்கிரமே முடிந்துவிட்டது. ஆனாலும் ஒருவருக்கும் அந்த இடத்தை விட்டுப் போகவே மனம் இல்லை.

"எல்லோரும் இப்படிப் புல் தரையில் சற்று நேரம் உட்கார்ந்து தமாஷாகப் பேசிக்கொண்டிருக்கலாமே!" என்ற யோசனையை வெளியிட்டாள் மிஸஸ் மூர்த்தி.

"வெரி குட் ஐடியா! தோசையும் புளியோதரையும் செய்துகொண்டு வந்திருக்கிறார்கள். அதையும் இங்கே 'பிக்னிக்' மாதிரி சாப்பிட்டு விட்டுப் போய்விடலாம்" என்றார் அய்யாசாமி.

"எடுங்கள் அதை!" என்றார் மாமா.

அத்தையும், பாட்டியும் ஆளுக்கு இரண்டு தோசையும், கொஞ்சம் புளியோதரையும் எடுத்து வைத்தார்கள்.

"மிளகாய்ப்பொடி இருக்கா?" என்று நாக்கில் ஜலம் ஊறக் கேட்டார் மூர்த்தி.

சாப்பிட்டு முடிந்ததும் சற்று நேரம் எல்லோரும் தமாஷாகப் பேசிக்கொண்டிருந்தார்கள்.

"இந்த இடத்தில் உங்களோடு சேர்ந்து ஒரு குரூப் போட்டோ எடுத்துக்கொண்டால் எப்போதும் அது ஒரு ஞாபகார்த்த மாயிருக்கும்" என்று தன்னுடைய விருப்பத்தை வெளியிட்டார் அய்யாசாமி.

"ஓ... எஸ்! அதுவும் சரியான யோசனைதான். ஜெபர்ஸன் மண்டப் படிகளில் நின்று எடுத்துக்கொள்ளலாமே!" என்றாள் மிஸஸ் ராக்.

லோரிட்டாவும், வசந்தாவும் சற்று தூரத்தில் செர்ரி மரங்களைச் சுற்றி விளையாடிக்கொண்டிருந்தார்கள்.

போட்டோ என்றதும் சாம்பசிவ சாஸ்திரிகள் வாயிலிருந்த வெற்றிலைச் சாற்றைத் துப்பிவிட்டு வர ஓடினார்.

"ஓய்! கண்ட இடத்தில் வெற்றிலையைத் துப்பக்கூடாது. அமெரிக்காள் பார்த்தால் ஏதாவது நினைத்துக்கொள்வார்கள்" என்றார் அம்மாஞ்சி.

"என்ன நினைத்துக்கொள்ளப்போகிறார்கள்! ஆரத்தி சுற்றிக் கொட்டியிருக்கிறது என்று எண்ணிக் கொள்வார்கள்" என்றார் சாஸ்திரிகள்.

மிஸஸ் ராக்ஃபெல்லர் எல்லோருக்கும் நடுநாயகமாக நின்று கொண்டாள். அந்தச் சீமாட்டிக்கு இரு பக்கத்திலும் மணப்பெண்ணும் மாப்பிள்ளையும் நின்றனர். ஒரு பக்கம் சம்பந்தி வீட்டாரும், இன்னொரு பக்கம் பெண் வீட்டாரும் நின்றுகொண்டனர். ஞாபகமாகப் பிள்ளைக்கு மாமாவை அழைத்துப் பிள்ளையின் பக்கத்தில் நிற்கச் சொன்னாள் மிஸஸ் ராக். மாமாவுக்கு அதில் ரொம்பத் திருப்தி! வசந்தாவும், லோரிட்டாவும் ருக்குவின் பக்கத்தில் நின்றார்கள். குழந்தைகள் கீழ்ப்படியில் வரிசையாக உட்கார்ந்துகொண்டனர்.

"லல்லியும் பஞ்சுவும் எங்கே?" என்று திடீரென்று ஒரு குரல் எழுந்தது.

"அவர்கள் இரண்டு பேரையும் ரொம்ப நேரமாகவே காணோம்! எங்காவது ஜோடியாகக் கைகோத்துக்கொண்டுபோயிருப்பார்கள். வசந்த காலமோன்னோ?" என்று விஷமமாகச் சிரித்தார் அம்மாஞ்சி.

அதற்குள் லல்லியும், பஞ்சுவும் தொலைவில் நடந்து வந்துகொண்டிருப்பதைக் கண்ட அய்யாசாமி, "அதோ வருகிறார்களே!" என்றார்.

அவர்கள் வந்ததும், "பஞ்ச்! அதுக்குள்ளே எங்கே போயிட்டீங்க? குரூப்லே வந்து நில்லுங்க" என்றாள் மிஸஸ் ராக்.

குரூப் போட்டோ எடுத்து முடித்ததும் எல்லோரும் காரில் ஏறி சம்மர் ஹவுஸை அடைந்தனர்.

"சம்பந்தி வீட்டார், பெண் வீட்டார் இவர்களைத் தவிர மற்றவர்கள் எல்லோரும் இன்று இரவே புறப்பட்டுப் போகிறார்களாம்" என்றான் பஞ்சு.

"ஸாஸ்ட்ரீஸெல்லாம் கூடவா?" என்று கேட்டாள் மிஸஸ் ராக்.

"ஆமாம், அவர்களும் கூடத்தான்" என்றான் பஞ்சு.

"அம்மாஞ்சி, அப்பு ஸாஸ்ட்ரி, ஸாம்ஸனு ஸாஸ்ட்ரி இவங்க மூணு பேரும் மட்டும் நாளைக்குப் போகட்டும்! ஆயிரம் ஸாஸ்ட்ரீஸ்லே யாராவது ஒருத்தர் இந்த ஜார்ஜ் டவுனிலேயே பர்மனென்ட்டாக இருந்து பிள்ளையார் கோயில் பூஜையைக் கவனித்துக்கொள்ளட்டும்" என்றாள் மிஸஸ் ராக்ஃபெல்லர்.

"சரி மேடம். நான் அதற்கு வேண்டிய ஏற்பாட்டைச் செய்துவிடுகிறேன்" என்றான் பஞ்சு.

"ஸாஸ்ட்ரீஸுக்கெல்லாம் ஈச் டூ ஹண்ட்ரட் டாலர்ஸ் கொடுத்துடுவோம். அதைத் தவிர ஆளுக்கு ஒரு வாட்ச்! போதுமா?" என்றாள் மிஸஸ் ராக்.

"எதேஷ்டம்னா! இந்த மாதிரி மனசு யாருக்கு வரும்!" என்றார் அம்மாஞ்சி.

"இண்டியாவின் வேதிக் கல்ச்சரை ஸாஸ்ட்ரீஸுங்கதான் காப்பாத்திக்கிட்டிருக்காங்க. தே ஆர் ப்ரம் தி லாண்ட் ஆப் சங்கராச்சார்யா! அவங்களையெல்லாம் நல்லபடியா கௌரவமா வைத்துக்கொள்ள வேண்டியது ரொம்ப இம்பார்ட்டெண்ட்" என்றாள் மிஸஸ் ராக்.

"ஆகா! சத்தியமான வார்த்தை!" என்றார் சாம்பசிவ சாஸ்திரிகள்.

"அம்மாஞ்சி வாட்யார், ஸாம்ஸன் ஸாஸ்ட்ரி, அப்பு ஸாஸ்ட்ரி மூன்று பேருக்கும் ஈச் தௌஸண்ட் டாலர்ஸ், ஒன் ரிஸ்ட் வாட்ச், அண்ட் ஒன் ஸ்கூட்டர்" என்றாள் மிஸஸ் ராக்.

சந்தோஷ மிகுதியால் அம்மூவருக்கும் சற்று நேரம் பேச்சே கிளம்பவில்லை.

“அங்க்கிள் ஸாமைக் கூப்பிடுங்கள்” என்றாள் மிஸஸ் ராக்.

அவர் வந்ததும், “உங்களுக்கு ஒரு கார் ‘ப்ரஸண்ட்’ பண்ணியிருக்கேன்” என்றாள் மிஸஸ் ராக்.

“எனக்கா? எனக்கெதற்கு கார்?” என்று கேட்டார் பிள்ளைக்கு மாமா.

“நீங்க மனசு வைக்கலேன்னா ஷம்பந்தி ஷண்டையே நடந்திருக்காதே! ஷம்பந்தி ஷண்டை நடக்கலேன்னா நானும் என் ப்ரண்ட்ஸூம் ரொம்ப ஏமாந்துபோயிருப்போமே” என்று கூறி, மாமாவின் கையைக் குலுக்கினாள் மிஸஸ் ராக்.

அடுத்தாற்போல் பாப்ஜியை அழைத்து, வைர மோதிரம் ஒன்றும் ரிஸ்ட் வாட்ச் ஒன்றும் அவனுக்குப் பரிசாகக் கொடுத்து விட்டு, “பாப்ஜி! உனக்கு நான் எப்படி நன்றி சொல்வதென்றே தெரியவில்லை; கடைசி நேரத்தில் நீ டாக்ஸ் அனுப்பலேன்னா ஜான்வாசமே ‘டல்’லாப் போயிருக்கும்” என்று அவன் முதுகில் ஒரு ‘ஷொட்டு’ கொடுத்தாள்.

“பஞ்சுவுக்கு என்ன கொடுக்கப்போறீங்க?” என்று கேட்டார் அய்யாசாமி.

“பஞ்ச்சுக்கு நான் ஒண்ணும் கொடுக்கப்போறதில்லை. தாங்க்ஸ் கூடச் சொல்லப்போறதில்லை” என்று கூறியபோது உணர்ச்சிப் பெருக்கில் அந்தச் சீமாட்டியின் குரல் கரகரத்தது.

“லல்லி! உனக்கும் நான் ஏதும் கொடுக்கப்போவதில்லை” என்று கூறிய மிஸஸ் ராக், “பஞ்ச்! இந்தா இவளை உனக்குப் பரிசாகவும், லல்லிக்கு உன்னைப் பரிசாகவும் கொடுக்கப்போகிறேன். உங்கள் இருவருக்கும் அடுத்த மே மாதம் பால்காட்டில் திருமணம் நடக்கும். நானே நேரில் வந்து அதை நடத்தி வைக்கப் போகிறேன்” என்று இருவர் கைகளையும் சேர்த்து வைத்தாள்.

வாஷிங்டன் விமானக் கூடம்.

மணப்பெண் ருக்கு, மணமகன் ராஜா, பஞ்சு, லல்லி, பாப்ஜி, அய்யாசாமி ஐயர், அம்மாஞ்சி, சாஸ்திரிகள், மாமா, பாட்டி, அத்தை எல்லோரும் மிஸஸ் ராக்ஃபெல்லரிடம் வந்து ஒவ்வொருவராக விடைபெற்றுக்கொண்டிருந்தனர். மிஸஸ் ராக்ஃபெல்லர் பொங்கி வந்த கண்ணீரைத் துடைத்துக்கொண்டே, "உங்களையெல்லாம் விட்டுப் பிரியவே மனமில்லை. நீங்கள் எல்லோருமே என்னிடம் ரொம்ப அன்போடு பழகிக்கொண்டிருந்தீர்கள். உங்களையெல்லாம் மறுபடியும் எப்போது பார்க்கப்போகிறேனோ?" என்றாள்.

"அதற்கென்ன? சீக்கிரமே ரிஷிபஞ்சமி விரதம் எடுத்துக் கொள்ளுங்கள். நாங்கள் எல்லோரும் வந்து நடத்திவைக்கிறோம்" என்றார் அம்மாஞ்சி.

அத்தையும், பாட்டியும் கட்டுச் சாத மூட்டையுடன் விமானத்தை நோக்கி நடந்தார்கள்.

மணப்பெண் ருக்மிணி கலங்கிய கண்களுடன் ராக்ஃபெல்லர் மாமிக்கு நமஸ்காரம் செய்தாள்.

"அழக்கூடாது, ஸ்மைல் பண்ணணும். தெரிஞ்சுதா? அடிக்கடி லெட்டர் போட்டுகிட்டு இரு. நெக்ஸ்ட் இயர் நான் இண்டியாவுக்கு வரப்போ உன்னை 'பேபி'யோடு பார்க்கணும்!" என்று செல்லமாக அவள் கன்னத்தைக் கிள்ளி விடைகொடுத்தனுப்பினாள் ராக்.

எல்லோரும் ராக்ஃபெல்லர் மாமிக்குக் கைகூப்பி நமஸ்காரம் செய்துவிட்டுப் போய் விமானத்தில் ஏறிக்கொண்டனர். விமானம் மேல் நோக்கிப் பறக்கத் தொடங்கியது. மிஸஸ் ராக்ஃபெல்லர் அந்த விமானத்தையே பார்த்தவண்ணம் கைகளை ஆட்டிக்கொண்டிருந்தாள். அந்தச் சீமாட்டியின் கண்களில் பனித்திரையிட்டது.

சுபம்.

●

"லல்லி! உனக்கும் நான் ஏதும் கொடுக்கப்போவதில்லை" என்று கூறிய மிஸஸ் ராக், "பஞ்ச்! இந்தா இவளை உனக்குப் பரிசாகவும், லல்லிக்கு உன்னைப் பரிசாகவும் கொடுக்கப்போகிறேன். உங்கள் இருவருக்கும் அடுத்த மே மாதம் பால்காட்டில் திருமணம் நடக்கும். நானே நேரில் வந்து அதை நடத்தி வைக்கப் போகிறேன்" என்று இருவர் கைகளையும் சேர்த்து வைத்தாள்.

மணப்பெண் ருக்கு, மணமகன் ராஜா, பஞ்சு, லல்லி, பாப்ஜி, அய்யாசாமி ஐயர், அம்மாஞ்சி, சாஸ்திரிகள், மாமா, பாட்டி, அத்தை எல்லோரும் மிஸஸ் ராக்ஃபெல்லரிடம் வந்து ஒவ்வொருவராக விடைபெற்றுக்கொண்டிருந்தனர். மிஸஸ் ராக்ஃபெல்லர் பொங்கி வந்த கண்ணீரைத் துடைத்துக்கொண்டே, "உங்களையெல்லாம் விட்டுப் பிரியவே மனமில்லை. நீங்கள் எல்லோருமே என்னிடம் ரொம்ப அன்போடு பழகிக்கொண்டிருந்தீர்கள். உங்களையெல்லாம் மறுபடியும் எப்போது பார்க்கப்போகிறேனோ?" என்றாள்.